Giáo Dục Học

THÍCH NGUYÊN HỒNG

GIÁO DỤC HỌC

LOTUS MEDIA

PHẬT LỊCH 2565

GIÁO DỤC HỌC

Tác giả: THÍCH NGUYÊN HỒNG

Phân Khoa Giáo Dục | Viện Đại Học Vạn Hạnh xuất bản, 1965

Tài liệu học tập dành riêng cho Sinh viên Phân khoa Giáo dục

Lotus Media ấn tống, PL 2565 | DL 2021

ISBS: 978-1-0878-8613-8

MỤC LỤC

I.

VẤN ĐỀ TỔNG QUÁT

1. THỬ TÌM MỘT Ý NGHĨA CHO GIÁO DỤC

Giáo dục là gì? Giáo dục có từ hồi nào và bao giờ thì chấm dứt?

Chúng ta không ai là không hấp thụ một nền giáo dục hoặc ít ra một hình thức giáo dục. Tuy nhiên chúng ta không khỏi lúng túng trước những câu hỏi trên vì khó có thể trả lời một cách trôi chảy, vắn tắt và trọn vẹn ý nghĩa.

Chúng ta hãy xem chim mẹ tập chim con chuyền cành, khỉ mẹ tập khỉ con lội qua con suối và gà mẹ trình diễn cách tìm kiếm thức ăn bên đống rác trước mặt đàn con. Rồi chim biết bay, khỉ biết lội và đàn gà đã biết mưu sinh không còn phải theo mẹ. Đó là lối giáo dục của loài động vật. Và như thế chúng ta có thể nói giáo dục đã hiện hữu rất sớm sủa từ khi có những động vật thượng đẳng xuất hiện trên trái đất. Lối giáo dục thô sơ này chỉ là sự truyền tiếp kinh nghiệm cho thế hệ sau qua bản năng sinh tồn mà chính loài người cũng bắt đầu từ đó. Có điều là loài vật không có khả năng truyền đạt bằng ngôn ngữ và không có óc sáng tạo nên ngàn muôn năm lối giáo dục của chúng vẫn không thay đổi. Trái lại loài người cũng khởi đầu giáo dục qua bản năng sinh tồn nhưng dần dần tiến đến ý thức giáo dục. Rồi từ đó loài người đã tiến rất nhanh và rất phong phú về quan niệm giáo dục, phương pháp giáo dục. Họ biết nhận định đối tượng của giáo dục và thấy được mục đích giáo dục mà họ hướng đến. Và vì thế giáo dục thời cổ đã không còn giống thời hiện đại, nó cũng không còn giống nhau ở Đông phương và Tây phương, ở xã hội này và xã hội khác, khiến chúng ta khó tìm được một định nghĩa ngắn gọn cho hai chữ giáo dục.

Khi đặt câu hỏi "giáo dục là gì?" W.O. Lester Smith, giáo sư Đại học Luân Đôn, chủ tịch Hội nghiên cứu giáo dục Anh quốc đã nói: "Khi nghĩ về giáo dục chúng ta không được quên rằng giáo dục có tính cách trưởng thành của một cơ thể sinh động. Trong khi có những tùy thuộc thường xuyên nó vẫn liên tục thay đổi tự thích ứng với những nhu cầu mới và hoàn cảnh mới". (*When thinking about education we must not forget that it has the growing quality of a living organism. While it has permanent attributes, it is constantly changing, adapting ifself to new demands and new circumstances)*[1]. Giáo dục do đó không phải chỉ thay đổi theo thời gian mà còn thay đổi theo hoàn cảnh nữa. Nó mang ý nghĩa và quan niệm khác nhau theo mỗi hoàn cảnh xã hội và ngay cả trong cùng một quốc gia nó cũng đòi hỏi một ý nghĩa một quan niệm khác nhau cho vùng nông thôn và đô thị kỹ nghệ. Nếu cứ khư khư muốn giản lược ý nghĩa giáo dục vào một danh từ hoặc bảo giáo dục là thế này, là thế khác theo chủ quan của mình, điều đó ắt không phải thái độ của nhà giáo dục. Disraeli đã có lần bảo rằng ông rất ghét những định nghĩa. Ông cho rằng trong việc nghiên cứu giáo dục những định nghĩa ấy không khác những tên đầy tớ tốt nhưng là những ông chủ xấu. Vì sao vậy? Vì nó phục vụ trung thành cho một quan điểm chủ quan và do đó giết chết ý tưởng, sáng kiến về những quan niệm rộng rãi và phương cách thích nghi trong tiến trình sinh hoạt của loài người trên mặt đất.

2. DANH TỪ GIÁO DỤC TRONG QUAN NIỆM SƠ KHỞI CỦA ĐÔNG PHƯƠNG VÀ TÂY PHƯƠNG

Theo danh từ chữ Hán thì giáo nghĩa là dạy. Chữ giáo chỉ sự rèn luyện về đường tinh thần nhằm phát triển trí thức và huấn luyện tình cảm đạo đức. Dục nghĩa là nuôi tức săn sóc về mặt thể chất. Vậy giáo dục là một sự đào luyện con người về cả ba phương diện trí thuệ, tình cảm và thể chất.

---

[1] W. O. Lester Smith, Education, Penguin books, 1694, p.7.

Về phía Tây phương, danh từ Education vốn phát xuất từ chữ Educare của tiếng Latin. Chữ E có nghĩa là out và chữ ducare có nghĩa là to lead. Động từ Educare là dắt dẫn, hướng dẫn để làm phát khởi ra những khả năng tiềm tại. Sự dắt dẫn này nhằm đưa con người từ không biết đến biết, từ xấu đến tốt, từ thấp kém đến đầy đủ tốt đẹp v.v... Danh từ Education xuất hiện ở Pháp từ đầu thế kỷ 16 nhưng đến giữa thế kỷ 17 Hàn Lâm Viện Pháp mới định nghĩa lần đầu tiên như sau: "Giáo dục là sự săn sóc dạy dỗ trẻ em hoặc về phương diện trí tuệ hoặc về phương diện thể chất". (*Le soin qu'on prend de l'instruction des enfants, soit en ce qui regarde les exercices de l'esprit, soit en ce qui regarde les exercices du corps*). Như vậy lúc đầu chữ Education đồng nghĩa với chữ Instruction, nghĩa là giảng dạy hay nói cách khác là sự truyền thụ kiến thức làm cho nảy nở thêm lên ví như vun trồng loài cây hay tập luyện loài vật vậy.

Như thế ta thấy rằng trong quan niệm sơ khởi về giáo dục, Đông phương cũng như Tây phương đều giống nhau ở chỗ lấy con người làm đối tượng và nhằm phát triển ba phương diện trí tuệ, tình cảm và thể chất.

ĐỀ TÀI NGHIÊN CỨU HOẶC THẢO LUẬN

1. Nên định nghĩa giáo dục hay nên tìm hiểu ý nghĩa giáo dục?

2. Những định nghĩa giáo dục sẽ là những tên đầy tớ tốt

nhưng là những ông chủ xấu. Tại sao người ta có thể bảo như vậy?

3. Giáo dục bắt đầu từ lúc nào và bao giờ thì chấm dứt?

4. Những đồng điểm và dị điểm giữa hai quan niệm sơ khởi của giáo dục Đông phương và Tây phương?

II.

SƠ LƯỢC VỀ NỀN GIÁO DỤC THỜI CỔ

Người thời cổ sống quần tụ thành bộ lạc và sinh hoạt của họ không ngoài hai lĩnh vực là Lao tác và Sùng bái. Những cố gắng giáo dục của họ ta có thể phân tích ra làm hai phương diện:

- Về phần thực hành gồm có sự huấn luyện về nghề nghiệp, các công việc trong gia đình, việc binh bị và thể dục.

- Về phần lý thuyết gồm có sự huấn luyện về tôn giáo, y khoa, nghệ thuật, âm nhạc và văn chương.

Gia đình là tiêu điểm của hầu hết mọi nỗ lực về giáo dục. Trong gia đình, đàn ông giữ phần huấn luyện con trai, đàn bà thì dạy dỗ con gái bằng những công việc thực tiễn và giản dị. Dần dần những tiến bộ được ghi nhận, mô phỏng rồi truyền dần đến những người trong cùng bộ lạc.

Dưới mắt người Tây phương thì chương trình giáo dục của Đông phương hình như chú trọng vào việc duy trì những định chuẩn sinh hoạt hiện hữu và ý thức quốc gia hơn là sự phát triển cá nhân, chú trọng vào sự ổn định xã hội hơn là sự tiến bộ xã hội (*Oriental programs of education seem to have been concerned with fixing and perpetuating existing standards and national ideas rather than with the development of the individual, with social stability rather than with social progress*).[2]

Thực ra nhận xét trên đây có phần đúng khi quan sát nền giáo dục cổ Trung hoa, Hindu và nền văn hóa Ba tư vì trừ một vài điểm khác biệt, chúng có ba đặc tính tương tự đó là sự hấp thụ truyền thống, duy trì trật tự xã hội và sửa soạn vai trò cá nhân trong đời sống.

Tuy nhiên để có một nhận định khách quan hơn chúng ta không thể không nêu lên hai tính cách đặc biệt có ảnh hưởng lớn đối với nền giáo dục Đông phương đó là Giáo dục Khổng giáo và Giáo dục Phật giáo.

1. GIÁO DỤC KHỔNG GIÁO

Cũng như hầu hết các nền giáo dục thời cổ đều nhằm chinh phục con người, trước tiên bằng cách rèn luyện cho nó trở nên thuần thục, theo khuôn phép rồi sau mới đến các phương diện

---

[2] The Educator's Encyclopedia, Prentice-Hall, 1969, p.13.

khác. Giáo dục Khổng giáo bắt đầu với đứa trẻ bằng sự dạy lễ nghĩa, đạo đức rồi sau mới cho học văn chương trau giồi tài an bang tế thế. Thiên mở đầu Bộ Luận ngữ, bộ sách tập hợp những lời dạy của đức Khổng, đã nói về sự học như sau: "Kẻ đệ tử ở trong gia đình thì hiếu thảo ra ngoài thì thuận hòa, cẩn trọng và thành thật, yêu mọi người và giữ lòng nhân hậu. Làm được những điều ấy thừa sức, nhiên hậu mới học văn chương" (Đệ tử nhập tắc hiếu, xuất tắc đễ, cẩn nhi tín, phiếm ái chúng nhi thân nhân. Hành hữu dư lực tắc dĩ học văn)[3]. Trước hết người ta dạy những điều ứng đối (cách thưa gởi đối đáp), tấn thối (nết đi đứng) sái tảo (quét dọn nhà cửa và tưới cây). Khi những khuôn phép này thuần thục rồi, cái học thực sự của người trưởng thành mới bắt đầu. Đó là vào cỡ tuổi 15 mà các nhà giáo dục Khổng giáo thường căn cứ vào lời của đức Khổng: "Ta đến tuổi 15 thì dốc chí vào sự học hành" (Ngô thập hữu ngũ nhi chí hồ học)[4]. Đứa trẻ sẽ được dạy về Lễ Nhạc tức sự cẩn trọng và điều hòa trong nếp sống đạo đức, Xạ Ngự tức phép bắn cung, cỡi ngựa, rồi đến Thư Số tức văn chương và toán pháp. Sự đào luyện các khả năng nêu trên, ta thấy giáo dục Khổng giáo cũng đã nhằm đáp ứng sự phát triển con người về ba phương diện: đức dục (Lễ Nhạc), thể dục (Xạ Ngự) và trí dục (Thư Số). Giai đoạn giáo dục này Khổng giáo gọi là Đại học, tức cái học của kẻ trưởng thành (Đại học giả đại nhân chi

---

[3] Luận ngữ, Học nhi, câu 6.
[4] Sđd, Vi chính, câu 4.

học dã)[5]. Cái học của kẻ trưởng thành là làm sao cho sáng tỏ cái đức sáng suốt, làm cho dân trí dân sinh luôn đổi mới, khi nào đạt đến chỗ hoàn toàn mới thôi (Đại học chi đạo tại minh minh đức, tại tân dân, tại chỉ ư chí thiện)[6]. Muốn được cái thứ bậc ấy thì sự học và sự thực hành phải theo tuần tự trước hết là tu thân thứ đến là tề gia rồi mới trị quốc nhiên hậu mới sáng tỏ được cái minh đức trong thiên hạ (cổ chi dục minh minh đức ư thiên hạ giả tiên trị kỳ quốc, dục trị kỳ quốc giả tiên tề kỳ gia, dục tề kỳ gia giả tiên tu kỳ thân).[7]

Dưới thời Khổng tử, xã hội nhà Chu là một xã hội phân loạn về chính trị. Các chư hầu không tòng phục nhà Chu và luôn luôn xâm lấn thôn tính lẫn nhau để đồ vương tranh bá. Trong cảnh lịch sử đó nền giáo dục Khổng giáo đã xuất hiện như một chủ thuyết giáo dục chính trị nhằm vãn hồi trật tự của một xã hội hỗn loạn. Muốn thế trước tiên phải đưa lên một hình ảnh tượng trưng sự thống nhất nhân tâm và xã hội, và Khổng tử đã chủ trương tôn phù nhà Chu như một hình ảnh tượng trưng cho sự thống nhất đó. Khổng tử đã ca tụng cái văn hóa nhà Chu và nói rõ ràng lập trường theo nhà Chu của mình: "So sánh với Hạ, Ân thì văn hóa nhà Chu rực rỡ thay! Ta theo nhà Chu". (Chu giám ư nhị đại, úc úc hồ văn tai! Ngô tòng Chu)[8].

---

[5] Đại học, lời chú của Chu Hi.

[6] Đại học.

[7] Đại học.

[8] Luận ngữ, Bát tu, câu 14.

Khổng tử san định Kinh Thi, là những bài hát ca dao, phong dao mà Khổng tử coi đó như phương tiện phổ biến chủ trương giáo dục rộng rãi nhất trong quảng đại quần chúng. Theo Khổng tử trong ba trăm thiên Kinh Thi có thể nhận định tóm tắt bằng một câu là Tư tưởng không tà vạy (Thi tam bách, nhất ngôn dĩ tế chi viết: Tư vô tà)[9]. Và luôn luôn đề cao truyền thống tốt đẹp bằng sự ca tụng thuở thái hòa của thời Nghiêu, Thuấn là những vì vua dùng đức trị mà không dùng pháp trị (Đại tai, Nghiêu chi vi quân dã. Nguy nguy hồ duy thiên vi đại)[10] (Thuấn hữu ngũ nhân nhi thiên hạ trị)[11]. Vì theo Khổng tử lấy đức độ mà làm chính trị thì tự nhiên mọi người theo khác nào sao bắc đẩu hội tụ các vì sao khác (Vi chính dĩ đức thí như bắc thần cư kỳ sở nhi chúng tinh cung chi).[12]

Ngoài ra giáo dục Khổng giáo còn là một nền giáo dục thực tế nhằm giải quyết các nhu cầu xã hội về đời sống. Mặc dầu chủ trương lễ nhạc nhưng sợ kẻ hậu học hiểu lầm đó là lễ nghi cúng bái của tôn giáo, ngài bảo: "Nói lễ đâu phải là nói đến ngọc lụa! Nói nhạc đâu phải là nói đến chuông trống!" (Lễ vân, lễ vân, ngọc bạch vân hồ tai. Nhạc vân, nhạc vân, chung cổ vân hồ tai)[13]. Khi Quí Lộ hỏi về lẽ sống chết cũng như sự thờ cúng quí

---

[9] Sđd, Vi chính, câu 2.
[10] Sđd, Thái bá, câu 19.
[11] Sđd, Thái bá, câu 20.
[12] Luận ngữ, Vi chính, câu 1.
[13] Sđd, Dương hóa, câu 2.

thần ngài đã từ chối những câu hỏi có tính cách siêu hình ấy mà bảo rằng: "Đã biết hết sự sống là thế nào chưa mà đòi biết đến sự chết? Chưa có thể phụng sự được con người nói chi đến việc phụng sự quỉ thần!" (vị tri sanh yên tri tử... Vị năng sự nhân yên năng sự quỉ).[14]

Những dẫn chứng nêu trên cho ta kết luận rằng giáo dục Khổng giáo đã đánh dấu một sự tiến bộ lớn lao trong nền giáo dục cổ Đông phương với hai tính cách đặc biệt đó là tính cách xã hội và tính cách phi tôn giáo.

Tuy nhiên cái mẫu người lý tưởng mà nền giáo dục Khổng giáo nhằm đào tạo có tính cách cao quí quá khiến đến nỗi về sau nền giáo dục này gần như dành riêng cho một lớp người ở thượng tầng xã hội.

2. GIÁO DỤC PHẬT GIÁO

Xã hội Ấn độ dưới thời Thích Ca Mâu Ni (khoảng 500 năm trước kỷ nguyên Tây lịch) có hai hiện trạng đặc biệt: một thuộc về khía cạnh tư tưởng và một thuộc về khía cạnh xã hội.

Về mặt tư tưởng có thể nói đây là quê hương của nhiều tín ngưỡng tôn giáo như là bái vật giáo, đa thần giáo, nhất thần giáo, vô thần giáo v.v... Theo Phạm-Động Kinh trong bộ Trường A-hàm thì lúc bấy giờ có đến 62 học phái ngoại đạo.

---

[14] Sđd, Tiền tiến, câu 12.

Có những tôn giáo chủ trương khoái lạc. Họ cho rằng con người từ ý thức đến hành vi sở dĩ xấu ác tội lỗi là vì khoái lạc không được thỏa mãn. Theo họ nếu khoái lạc được thỏa mãn thì con người sẽ cảm thấy nhẹ nhàng khinh khoái, nếu được no đầy khoái lạc thì con người mới thật sự tự do trước dục vọng, không những không còn bị cám dỗ lôi cuốn mà trái lại còn kinh tởm là đàng khác. Có những tôn giáo thì lại chủ trương ép xác khổ hạnh. Họ ngồi trên bàn chông, phơi nắng, nhịn đói, đứng một chân, quất roi da vào mình v.v... dùng đủ mọi hình thức để hành hạ xác thân. Họ cho rằng thân xác là nguyên nhân của mọi tội lỗi. Nó là con ngựa bất kham phải được trừng trị cho đến tê mê kiệt quệ không còn cảm giác không còn đòi hỏi thấp hèn nữa. Theo họ thân xác là tù ngục giam hãm tinh thần không cho nó thể nhập được với nguồn sống tinh ba của vũ trụ. Thân xác hãy như cây củi khô, phải đốt cho cháy tiêu tan thì khói (tinh thần) mới bốc cao lên tận chín phương trời.

Trong tất cả các tín ngưỡng tôn giáo đang lưu hành tại Ấn độ lúc bấy giờ thì đạo Bà-la-môn là có uy quyền hơn cả. Đạo Bà-la-môn không những ngự trị về mặt học thuật tư tưởng mà còn định đoạt đến cả sự an bài giá trị các giai tầng xã hội.

Về mặt xã hội, theo Bà-la-môn giáo thì tất cả mọi người đều do thần Brahma sinh ra cả. Trong Nguyên nhân tán ca có chép rằng: "Dòng Bà-la-môn được sinh ra từ miệng, dòng vương tộc được sinh ra từ hai cánh tay, thứ dân được sinh ra từ hai mắt và dòng hạ tiện nô lệ được sinh ra từ hai chân của thần sáng tạo" (Rg. X. 92. 12)[15]. Từ huyền thoại được chép trong thánh kinh Phệ đà đó, xã hội Ấn độ đã sống trong sự phân chia vô cùng khe khắt. Học thuật, tư tưởng, tế tự nói chung sinh hoạt văn hóa thì nằm trong tay giai cấp Bà-la- môn. Quyền chính trị nằm trong tay giai cấp vua chúa. Quyền kinh tế thì nằm trong tay giai cấp thương gia. Còn giai cấp hạ tiện nô lệ thì bị khinh miệt xua đuổi như súc vật.

Trong bối cảnh lịch sử đó nền giáo dục Phật giáo đã xuất hiện như một cuộc cách mạng về tư tưởng và cách mạng về xã hội.

Thích Ca Mâu Ni đã từ bỏ nếp sống cao sang để dấn thân tìm đạo rồi cũng từ bỏ nếp sống khổ hạnh để trở lại nếp sống bình thường. Hai cử chỉ ấy là một sự thể nghiệm và minh chứng rằng những kẻ chủ trương khoái lạc cũng như những kẻ chủ trương khổ hạnh đều sai lầm. Bài nói pháp đầu tiên của Thích Ca Mâu Ni tại vườn nai: Tứ Diệu Đề (Cattari Saccani) đã phủ nhận cái gọi là chúa tể sáng tạo của nhất thần giáo cũng như đánh đổ những lập luận ấu trĩ không hợp lý của phiếm thần giáo và đa thần giáo. Đạo lý nhân quả nằm trong thuyết Tứ Diệu Đề giải thích bởi thuyết Thập nhị nhân duyên cắt nghĩa sự sinh thành tồn tục của vũ trụ vạn vật mà không lâm vào ngõ bí như nền triết học Thật tại luận (Realism) trước vấn đề nguyên nhân đầu

---

[15] Miyamoto Seison, Nghiên cứu lịch sử thành lập Đại Thừa Phật giáo, Sanseido, Showa 32, tr.35 – trích dẫn lại.

tiên. Thuyết nguyên nhân và nghiệp của Thích Ca Mâu Ni đã trả lại cho con người cái giá trị đích thực của nó mà xưa kia đã bị thần linh tước đoạt. Nghĩa là con người có trách nhiệm về sự hạnh phúc hay khổ đau bằng hành vi của chính nó chứ không do may rủi, định mệnh hay sự thưởng phạt của thần linh. Vì thế Thích Ca Mâu Ni đã chỉ dạy tám con đường hành động chân chính tức thuyết Bát Chính đạo (Atthangiki magga) để cải thiện đời sống cho hiện tại cũng như mai sau.

Thuyết Tứ Diệu Đề và Bát Chính Đạo vừa nêu trên, mặt khác, còn bác bỏ huyền thoại về sự phân chia giai cấp đã ngự trị xã hội Ấn độ từ khi dân Aryan thu phục xứ này. Trong Tiện dân kinh, một bản kinh giải thích về sự hạ tiện hay tôn quí của người dân, có đoạn: "Con người sinh ra không ai là tiện dân không ai là Bà-la-môn cả mà do hành vi của họ làm cho họ trở thành tiện dân hay Bà-la-môn" (Sn. I. 7. Vasala)[16]. Lời tuyên bố của Thích Ca Mâu Ni trong Tiện dân kinh là tiếng sét đánh đổ nhào cái thành trì ngàn năm phân chia giai cấp. Để thực hiện cuộc cách mạng xã hội, Thích Ca Mâu Ni, một vì Đông cung thái tử dòng Sát-đế-lị đã "cầm cái bát của kẻ ăn xin"! Thích Ca Mâu Ni đã tổ chức đời sống Tăng đoàn theo chế độ lục hòa. Đây có thể nói là một mô thức sinh hoạt lý tưởng của một xã hội không tranh chấp. Bà Gotami, theo Tiểu phẩm luật, là

---

[16] Miyamoto Seison, Nghiên cứu thành lập Đại Thừa Phật giáo, Sanseido. Showa 32, tr. 39 – trích dẫn lại.

người phụ nữ đầu tiên được Thích Ca Mâu Ni độ cho xuất gia, tu học hành đạo với đầy đủ phương diện. Nếu có thể nói đây là quyền lợi thì lâu lắm về sau phụ nữ trên thế giới mới đòi hỏi được cái quyền này.

Nền giáo dục Phật giáo còn nhằm đào tạo một mẫu người lý tưởng dấn thân. Đó là con người Bồ tát đa hạnh. Dù phát hạnh nguyện nào con người Bồ tát cũng được khuyến khích học hỏi năm điều ích lợi (Ngũ minh) để làm phương tiện phục vụ độ sinh. Năm điều ấy là: nội điển, luận lý, ngôn ngữ, y khoa và kỹ thuật. Đây là một ngạc nhiên to lớn nhất cho các nhà nghiên cứu giáo dục, nhất là giáo dục sử học, khi khám phá ra điều này trong nền giáo dục Phật giáo.

ĐỀ TÀI NGHIÊN CỨU VÀ THẢO LUẬN

1. Dưới mắt người Tây phương thì chương trình giáo dục của Đông phương hình như chú trọng vào việc duy trì những định chuẩn sinh hoạt hiện hữu và ý thức quốc gia hơn là sự phát triển cá nhân, chú trọng vào sự ổn định xã hội hơn là sự tiến bộ xã hội.

2. Khổng giáo không phải là một tôn giáo mà là một lý thuyết giáo dục chính trị.

3. Giáo dục Khổng giáo là một nền giáo dục hiện thật và có tính cách xã hội.

4. Mẫu người lý tưởng mà giáo dục Khổng giáo nhằm đào tạo

có tính cách cao quí quá khiến đến nỗi về sau nền giáo dục này gần như dành riêng cho một lớp người ở thượng tầng xã hội.

5. Sự đóng góp của nền giáo dục Phật giáo cho xã hội.

6. Điều gì trong giáo dục Phật giáo đã gây một ngạc nhiên to lớn nhất cho các nhà nghiên cứu giáo dục, nhất là giáo dục sử?

III.

SỰ DI CHUYỂN
TỪ GIÁO DỤC ĐÔNG PHƯƠNG
SANG TÂY PHƯƠNG

Khi khảo về nền văn hóa nhân loại nhiều nhà nghiên cứu thường đồng ý rằng Á châu là quê hương của mọi nền văn hóa. Và giáo dục Tây phương buổi đầu đã thừa tiếp nền giáo dục Đông phương. Theo The Educator's Encyclopedia thì chính nền giáo dục của dân Hebrew đã đánh dấu công cuộc chuyển tiếp này (*Hebrew education marked the transition from Oriental to Occidental attitudes toward education*)[17]. Trong Thánh Kinh, Sáng thế ký có chép về lịch sử dân Hebrew và quốc gia này rằng Abram sau cải danh là Abraham là cha đẻ của dân Hebrews đã di cư từ Chaldees một thị trấn của Sumer. Ông ta được lệnh rời

---

[17] The Educatior's Encyclopedia, Prentice-Hall, 1969, tr. 14.

bỏ xứ ông để tìm một quê hương mới nơi miền đất hứa (promised land). Ông đã tìm ra Canaan mà sau này được biết là Palestine thánh địa. Vùng đất này gần bờ biển phía đông Địa trung hải, nằm vào con đường qua lại của bọn thương gia và quân đội giữa Ai-cập và Á châu. Chưa kể đến nền giáo dục và văn minh Thiên Chúa giáo đã đóng góp cho thế giới Tây phương về sau, sự thành lập quốc gia Do-thái đã cho thấy đây là cái cầu nối cho sự thẩm nhập nền văn hóa và giáo dục từ Đông phương sang Tây phương. Harry G. Good và James D. Teller đã viết trong quyển Lịch sử Giáo dục Tây phương một đoạn như sau: "Chúng ta thấy rằng dân Hebrews đã đóng góp buổi đầu cho sự phát triển của dân Hi-lạp và người Tây phương. Một cách gián tiếp qua sự liên lạc với giáo hội Thiên Chúa giáo, họ đã đóng góp lớn lao cho nền giáo dục Tây phương" (*We shall see that the Hebrews made a contribution to the development of the Greek, the Western, alphabet. Indirectly, throught their relations with the Christian Church, they made great contributions to education in the West*).[18]

Nền giáo dục của dân Hebrew (Hebrew education) chú trọng vào sự huấn luyện về tôn giáo, công dân, đạo đức, chức nghiệp và gia đình. Nội dung chương trình học qui tụ vào Ngũ thư (Torah) và luật pháp (Talmud). Trẻ em còn được dạy thêm về

---

[18] Harry G. Good và James D. Teller, A History of Western Education, The Macmillan London, Third edition, 1970, tr. 13.

lịch sử Do-thái, âm nhạc, tập đọc, tập viết và làm tính. Đơn vị căn bản của tổ chức giáo dục vẫn còn là gia đình và cha mẹ đóng vai trò thầy giáo. Từ 6 đến 10 tuổi trẻ em được theo học ở trường sơ cấp. Từ 10 đến 15 tuổi bọn con trai được cưỡng bách học cấp hai và sau cấp này thì không còn bắt buộc nữa.

IV.
CÁC QUỐC GIA ĐIỂN HÌNH CHO NỀN VĂN MINH TÂY PHƯƠNG

Người Hi-lạp ứng dụng những nguyên tắc về phát triển và tiến bộ để tái tổ chức giáo dục mà họ xem như là vấn đề căn bản của văn hóa của họ. Có ba đường nét chính tiêu biểu cho nền giáo dục cổ Hi-lạp như sau:

a) Giáo dục dưới ảnh hưởng của Homer (Homeric education)

Đây là nền giáo dục đã có từ thời tiền sử cho đến 776 trước kỷ nguyên Tây lịch và là tư tưởng cộng thông của Hi- lạp phản ảnh cái ý muốn xác nhận giá trị cá nhân. Lý tưởng giáo dục này là tạo dựng hai hình ảnh của con người: con người của trí tuệ (The man of wisdom), thí dụ trong Odysseus và con người của hành động (The man of action), thí dụ trong Achilles. Tất cả tính chất cần thiết cho đời sống cộng đồng đều được dạy. Chương trình tập trung vào sự huấn luyện quân sự, kỹ nghệ và văn hóa. Ngoài ra cũng có những khoản mục tiêu khiển dành cho thì giờ nhàn rỗi như âm nhạc và kể truyện. Đơn vị căn bản của giáo dục là gia đình và bộ tộc. Phương pháp giáo dục là mô phỏng và tham gia.

b) Giáo dục Sparta (Spartan education)

Thời kỳ Spartan kéo dài suốt lịch sử cổ Hi-lạp. Đây là thời kỳ giáo dục chú trọng vào "con người của hành động" cho nên chương trình đặt nặng về huấn luyện thể dục và quân sự mặc dầu vẫn có các môn đạo đức, công dân, xã hội. Nhà nước kiểm soát các cơ sở giáo dục. Con trai, con gái được dạy dỗ tại gia cho đến 7 tuổi. Sau đó trẻ em được đưa đến huấn luyện thể dục và quân sự ở các trại lính, 15 tuổi thì được luyện tập binh nghiệp ở mặt trận, và 20 tuổi thì nhập ngũ cho đến 30 tuổi. Tính cách hoạt động đi đôi với kỷ luật nghiêm khắc và tàn bạo là phương pháp của giáo dục Sparta.

c) Giáo dục Athens (Athenian education)

Nền giáo dục này đặt nặng vào sự phát triển cá nhân của con người toàn diện. Chương trình huấn luyện chú trọng vào công dân giáo dục, đạo đức, sức mạnh trí tuệ và sự điều hòa của thân thể. Không có giáo dục nghề nghiệp và tề gia nội trợ, vì phần việc này đã có bọn nô lệ đảm đương. Trẻ con được tập đọc, tập viết, làm tính và âm nhạc. Chúng cũng được bắt đầu tập thể thao, thể dục và huấn luyện quân sự. Mô phỏng, cạnh tranh, tham dự là những phương pháp giáo dục của thời kỳ này.

1. NỀN GIÁO DỤC LA-MÃ

Người ta ghi nhận rằng tiến trình giáo dục của nền giáo dục La-mã cũng tương tự như của Hi-lạp. Người La-mã chủ trương xây dựng quốc gia họ bằng binh lực. Chủ nghĩa công lợi (Utilitarianism) được coi như là chủ nghĩa lãnh đạo cái tham vọng giáo dục của người La-mã. Sau đây là vài nét tóm tắt các biến đổi của nền giáo dục từ Tiền La-mã đến Hậu La- mã:

TIỀN LA-MÃ:

- *Mục tiêu:* Xây dựng một quân quốc; người công dân có bổn phận; công lợi chủ nghĩa.

- *Luyện tập:* Thể dục, công dân, chức nghiệp, gia đình, đạo đức, tôn giáo.

- *Chương trình:* Truyền thuyết, dân dao, luật pháp, nghi lễ tôn giáo, tài quân sự và thương mãi.

- *Cơ sở giáo dục:* Gia đình, trại lính, diễn đàn, nông trại, hiệu buôn.

- *Phương pháp:* Trực tiếp mô phỏng; phương pháp ký lục; ký

ức; kỷ luật khắt khe.

HẬU LA-MÃ:

- *Mục tiêu:* Phát triển trí tuệ để xây dựng quốc gia, đào tạo những nhà hùng biện.

- *Luyện tập:* Giáo dục trí truệ, tinh thần công dân, khả năng luận thuyết.

- *Chương trình:* Đọc, viết, tính toán, địa lý, sử ký, khoa học tự nhiên, thần thoại, văn phạm, tu từ học, âm nhạc.

- *Cơ sở giáo dục:* Các loại trường theo kiểu Hi-lạp: custodes, literator, Grammaticus.

- *Phương pháp:* Ký ức và mô phỏng; luyện tập; phương pháp hùng biện; cá tính hóa; kỷ luật mềm dẻo.[19]

2. NHỮNG ĐÓNG GÓP CỦA THIÊN CHÚA GIÁO

Gần 2000 năm qua Thiên Chúa giáo đã chi phối nền văn minh và văn hóa của thế giới Tây phương qua ảnh hưởng sâu xa của lý thuyết và đường lối thực hành giáo dục. Jesus dạy các môn đồ về đạo đức luân lý xã hội tôn giáo và tin tưởng vào sự cứu rỗi tất cả. Nội dung những điều dạy dỗ của Jesus là những nguyên tắc thông thường về sự liên hệ nhân đạo hơn là những

---

[19] Theo The Educator's Encyclopedia, Prentice-Hall, 1969, tr. 13-16.

qui luật và sự ứng dụng của nền giáo dục trước[20]. Thông điệp về sự cứu rỗi của Jesus được coi như là sự đem lại cho cá nhân sự hoàn thành nhân cách cao tột. Mục tiêu tối thượng này của Thiên Chúa giáo có thể lược tóm vào các điều rao giảng quan trọng dưới đây:

- Trước tiên, tôn giáo này nhìn nhận con người có một đời sống tâm linh hiện hữu ngay giữa thế giới vật chất này và cả ở thế giới khác.

- Điểm thứ hai, tôn giáo này không những chỉ rao truyền mối hi vọng về một đời sống cao cả mà còn nhấn mạnh rằng tất cả mọi người đều có thể thực hiện được mối hi vọng ấy.

- Điểm thứ ba, Thiên Chúa giáo kêu gọi con người hòa đồng vào cái toàn thể hơn là sự hạn hẹp về bộ tộc, gia đình, nam nữ, giai cấp, quốc giới hay chủng tộc. Cái toàn thể đó là Thượng đế.

- Điểm thứ tư, Thiên Chúa giáo làm thanh sạch những tình tự (emotions) của con người như phát triển sự cao quí, nâng đỡ sự thấp kém. Tôn giáo này không những chỉ dạy sự đồng nhất hóa vào cái toàn thể mà còn dạy cho phương pháp để đồng nhất hóa. Đó là tình yêu, tình yêu bằng hành động chứ không phải bằng danh nghĩa.

---

[20] Trích dịch trong The Educator's Encyclopedia, Prentice-Hall, 1969, tr. 16.

Tuy nhiên lịch sử truyền bá đạo Thiên Chúa đã cho thấy rằng tổ chức giáo dục của các trường dòng không những chỉ thất bại trong việc thực hiện mục đích cao đẹp mà thường thường còn phản lại mục đích ấy. Thông điệp tình yêu của Thiên Chúa cho nhân loại đôi khi bị ô nhiễm đọa lạc vào sự ganh ghét kỳ thị giáo phái, là lý do của chiến tranh bạo lực và áp bức, là sự biện minh cho một nhóm phe phái hoặc giai cấp được ưu đãi, là sự xao lãng những đòi hỏi hiện tại trong việc dọn mình cho cuộc sống đời đời và chối bỏ cái khả năng tính bình đẳng của toàn thể nhân loại (*The frequently depressing history of the spread of Christianity reveals that the educative institutions established by the various sects of its adherents not only failed to realize its high purposes, but that they frequently worked against these purposes. The Christian message of love for mankind was sometimes corrupted into a hatred for dissenters; an excuse for war, violence, and coercion; justification of privileged groups or ranks; neglect of present needs in favor of exclusive preparation for eternal life; and denial of the potential equality of all humans in the spiritual life*).[21]

Dù sao, nếu nói dân Hebrew và quốc gia Do-thái đã đóng cái vai trò du nhập nền văn hóa Đông phương sang Tây phương như cái cầu nối liền hai chân trời Đông và Tây thì có thể nói Thiên Chúa giáo đã phát huy giáo dục của nền văn minh đó

---

[21] Rena Foy, The World of Education, Collier-MacMillan Limited, London, 1969, tr. 31.

nhất là sự đóng góp của Thiên Chúa giáo kể từ thời Phục-hưng (Renaissance) về sau mà ảnh hưởng đã bao trùm nền giáo dục Tây phương qua nhiều thời đại.

ĐỀ TÀI NGHIÊN CỨU HOẶC THẢO LUẬN

Giáo dục Thiên Chúa giáo kêu gọi con người hòa đồng vào cái toàn thể hơn là sự hẹp hòi về bộ tộc, gia đình, nam nữ, giai cấp, quốc giới hay chủng tộc. Cái toàn thể đó, theo Thiên Chúa giáo, là Thượng đế.

V.

TIẾN TRÌNH LIÊN TỤC CỦA TƯ TƯỞNG GIÁO DỤC TÂY PHƯƠNG

Người ta không thể bảo rằng giáo dục bắt đầu từ hồi nào và bao giờ thì chấm dứt, nếu không nói rằng giáo dục bắt đầu khi đứa trẻ sinh ra cho đến khi chết, hoặc bảo giáo dục bắt đầu từ khi có sự sống và chỉ chấm dứt khi sự sống cáo chung.

Vì thế xưa nay người ta thường có hai quan điểm chính yếu về giáo dục: Một quan điểm cho rằng giáo dục ít nhiều có giới hạn vào học đường và một quan điểm cho rằng tiến trình giáo dục tiếp tục đến suốt cả cuộc đời.

Cái tư tưởng cho rằng giáo dục là một sự hoàn tất mà người ta đòi hỏi ở học đường đã ngự trị Âu châu một thời kỳ khá lâu.

Suốt thế kỷ 18 và một phần lớn thế kỷ 19, những trường công lập (public schools) và những trường cổ điển (grammar schools) thông thường được xem như là nơi cung ứng một thứ giáo dục cần thiết cho hàng thân sĩ quí tộc (gentleman) trong khi những loại trường khác thì dành cho con em các giai cấp thấp hơn.

1. TƯ TƯỞNG GIÁO DỤC CỔ ĐIỂN

Kể từ thời Victoria (Victoria era 1819-1901) ở Anh, người ta đã làm một sự tách biệt quá xa giữa giáo dục và đời sống. Giáo dục và sư phạm gần như là đồng hóa cho nhau, là những gì chỉ thực hiện trong lớp học một cách khắt khe và không hứng thú. Các trường cổ điển (grammar schools) dạy 3R cho trẻ con bằng roi vọt và kỷ luật. Cái roi được coi như tượng trưng cho tinh thần kỷ luật giáo dục của dân Anh-cát- lợi. Theo quan niệm chung của thời kỳ này thì đầu óc trẻ là một khối trống rỗng mà nhà giáo dục có phận sự rót sự hiểu biết vào đó, ban cho chúng các khả năng bằng phương pháp ký ức và quan sát.

2. TƯ TƯỞNG GIÁO DỤC TIẾN BỘ

Sau Đệ nhất thế chiến, thái độ giáo dục đã thay đổi nhờ ảnh hưởng sự phát triển của khoa tâm lý học. Bình luận gia Anh quốc, Aldous Huxley đã chống lại lối giáo dục nhồi sọ như sau: "Tâm hồn con người ta không phải như một dung khí có thể rót đầy bất cứ thứ gì vào một cách máy móc. Nó sống động và phải được nuôi dưỡng. Cái thực phẩm được hấp thụ tốt nhất cho cơ thể là thức ăn ngon miệng. Nếu chúng ta xem dạ dày như một thứ hấp khẩu mà ta chỉ việc bơm thức ăn vào đó thì nó sẽ nôn vọt trở ra ngay. Tâm hồn con người ta cũng vậy". *(The mind is not a receptacle that can be mechanically filled. It is alive and must be nourished. Nourishment is best absorbed by the organism that feeds with appetite. If we treat the stomach as though it were a bucket an pump food into it, it will in all probability reject the nourishment in a paroxysm of nausea. So will the mind)*[22]. Các nhà giáo dục mới của thời kỳ này cho rằng trẻ không phải chỉ biết thu nhận một cách thụ động những kiến thức mà ta trao cho chúng. Trẻ sẽ học tập say sưa, thích thú theo đuổi tìm hiểu vấn đề bằng phương pháp hoạt động. Các nhà giáo dục này theo dõi sự phát triển tâm hồn, tìm cách hướng dẫn và giúp đỡ. Họ cho đó là nhu cầu để trưởng thành qua mỗi giai đoạn tuổi cũng như là nhu cầu về hoàn cảnh tốt, dinh dưỡng tốt đối với thân thể vậy. Giáo dục, trong quan niệm tiến bộ này, phải được bắt đầu với trẻ sớm sủa từ giai đoạn tiền học đường (pre-school stage) với những phương pháp mới, quan niệm mới, hình thức kỷ luật mới thích ứng mỗi giai đoạn trưởng thành của tâm lý và nhất là phải tập trung mọi nỗ lực để giúp đỡ cái thời kỳ giông bão của tuổi vị thành niên. Về chương trình học thì dựa vào tính cách hoạt động và kinh nghiệm hơn là tính cách nhồi sọ.

---

[22] W.O. Lester Smith, Education, Penguin books, 1964, tr. 21, trích dẫn lại.

Những quan niệm mới về giáo dục cần thiết cho tuổi trẻ đặt nặng về mối tương quan giữa thầy và trò. Dĩ nhiên uy quyền thầy giáo vẫn là yếu tố quan trọng trong tiến trình giáo dục nhưng thầy giáo phải trở thành người bạn, người hướng dẫn hơn là một ông đồ khắc phạt. Cho dù chúng ta có bắt buộc trẻ học như bắt buộc người bệnh uống thuốc thì viên thuốc kia phải là viên thuốc bọc đường.

Ngoài ra chúng ta còn nghi nhận thêm một điều là trong tiến trình này người ta cũng đã bắt đầu quan tâm đến việc phát triển các hoạt động giáo dục hậu học đường (post-school years) để hướng dẫn chức nghiệp, thăng tiến khả năng chuyên môn qua các dịch vụ giáo dục tu nghiệp và bổ túc.

Tuy nhiên, tiến trình giáo dục trong thời kỳ này, thời kỳ nằm giữa hai cuộc thế chiến, thời kỳ ảnh hưởng của sự phát triển khoa tâm lý học, là tập trung mọi cố gắng giáo dục vào CÁ NHÂN. Bốn phận của thầy giáo là giúp đỡ mỗi cá nhân đứa trẻ đạt được những bước trưởng thành về thể chất và năng lực.

3. TƯ TƯỞNG GIÁO DỤC CỘNG ĐỒNG

Từ khoảng thế chiến thứ hai về sau, quan niệm giáo dục đã chuyển sang một bước tiến quan trọng khác. Người ta không còn coi cá nhân là tất cả, không còn quá chú trọng vào những nhu cầu của cá nhân của trẻ hay đặt nặng sự phát triển cá tính của trẻ. Tinh thần giáo dục của thời hậu thế chiến mang ý nghĩa PHỤNG SỰ và TRÁCH NHIỆM CỘNG ĐỒNG. Người ta đã ý thức nhiều hơn về những ảnh hưởng xã hội như gia đình, đoàn thể, hoàn cảnh địa phương v.v... đối với việc phát triển thái độ của trẻ. Người ta nghĩ rằng trẻ em không phải chỉ là những cá nhân với quyền lợi riêng tư mà là một tập thể công dân đang lớn mạnh với sự trưởng thành về ý thức trách nhiệm và bổn phận.

Sự nhận chân giá trị về ảnh hưởng xã hội đối với cá nhân đã đánh dấu một bước tiến vĩ đại về quan niệm giáo dục trong hơn nửa thế kỷ nay. Nhiều đóng góp hấp dẫn của ngành xã hội học cho sự hiểu biết của chúng ta về giới hạn của con người, khả năng tính của con người và những biến động của xã hội đã góp công cho sự thực hiện các hiệu quả giáo dục trong cũng như ngoài học đường.

4. TÓM TẮT SỰ DIỄN TIẾN CỦA NỀN GIÁO DỤC CẬN ĐẠI VÀ HIỆN ĐẠI

GIÁO DỤC CỔ ĐIỂN:

- *Thời kỳ chế ngự của lý thuyết:* Thời Victoria 1910

- *Trọng tâm:* Từ chương

- *Nguồn ảnh hưởng:* Kinh viện học

- *Mục đích:* Trau giồi văn chương và văn hóa

- *Mô thức chương trình:* Tính cách bác học

- *Phương pháp căn bản:* Trình bày, giải thích, ký ức

- Kỷ luật: Áp chế và kiểm soát

GIÁO DỤC TIẾN BỘ:

- Thời kỳ chế ngự của lý thuyết: Thế chiến I 1920-1630

- Trọng tâm: Trẻ

- Nguồn ảnh hưởng: Tâm lý học

- Mục đích: Phát triển nhân cách

- Mô thức chương trình: Hứng thú và hoạt động

- Phương pháp căn bản: Giải quyết vấn đề làm thỏa mãn hứng thú và lợi ích cá nhân

- Kỷ luật: Tự do và giới hạn

GIÁO DỤC CỘNG ĐỒNG:

- Thời kỳ chế ngự của lý thuyết: Thế chiến II 1940

- Trọng tâm: Đời sống

- Nguồn ảnh hưởng: Xã hội học

- Mục đích: Cải thiện sinh hoạt

- Mô thức chương trình: Tiến trình xã hội và các vấn đề

- Phương pháp căn bản: Giải quyết vấn đề đáp ứng nhu cầu cá nhân và xã hội

- Kỷ luật: Hợp tác và trách nhiệm

ĐỀ TÀI NGHIÊN CỨU HOẶC THẢO LUẬN

1. Quan niệm về giáo dục trong học đường vào giáo dục suốt cuộc đời.

2. Ưu và khuyết điểm của lối giáo dục cổ điển.

3. Ưu và khuyết điểm của lối giáo dục dựa vào tâm lý học.

4. Phải chăng tư tưởng giáo dục cộng đồng chịu ảnh hưởng tư tưởng chính trị của xã hội chủ nghĩa (Socialism)?

5. Tư tưởng giáo dục cộng đồng công nhận rằng nhiều đóng góp của ngành xã hội học (Sociology) cho sự hiểu biết của chúng ta về giới hạn của con người, khả năng tính của con người và những biến động của xã hội đã góp công cho sự thực hiện các hiệu quả của giáo dục trong cũng như ngoài học đường.

VI.
VẤN ĐỀ GIÁO DỤC CỦA CÁC QUỐC GIA HẬU TIẾN

1. ĐỊNH DANH

Từ sau hai trận thế chiến, một số danh từ, nôm na có hoa mỹ cũng có, lần lượt được xuất hiện trên diễn đàn quốc tế để gọi tên cho các nước nhược tiểu (weak nations). Phải chăng đó là do sự tiến bộ về quan niệm của các nước lớn (powerful nations) hay chỉ là ngôn ngữ chính trị dùng với mục đích ve vãn tự ái cho thân phận các xứ này nên đã được nhiều lần cải danh như từ "các nước lạc hậu" (backward countries) đến "các xứ kém mở mang" (under-developed countries) rồi đến "các quốc gia đang phát triển" (developing nations)? Quốc gia nào mà chẳng đang phát triển? Người ta có thể nghĩ như vậy! Danh từ, nếu có nghĩa, cũng chỉ có một phần; thực tế là các "xứ ấy" như thế nào.

Căn cứ theo mức sinh hoạt của thế giới ngày nay, các kinh tế gia thường đồng ý với nhau rằng: "Các xứ ấy" là những xứ mà lợi tức đồng niên cho mỗi đầu người trung bình không tới 2.000 Mỹ kim, tức là khoảng 167 Mỹ kim một tháng hay 106.880$ bạc Việt-nam tính theo hối suất 640$ VN ăn một Mỹ kim.

2. THỰC TRẠNG CÁC VÙNG ĐÓI TRÊN THẾ GIỚI

Thiên nhiên hình như có sự bất công đối với con người trên các phần đất khác nhau của địa cầu. Sự bạc đãi được thấy rõ ràng là các vùng đói trên thế giới đều nằm vào các vùng nhiệt đới và tiếp nhiệt đới. Tính cách nóng bức của khí hậu gây ảnh hưởng bất lợi và không mấy tốt đẹp cho các dân sống miền này về cả hai phương diện sinh lý lẫn tâm lý. Xứ nóng con người dễ mệt mỏi, lười biếng, ít hoạt động, cầu an, hiệu năng làm việc kém lại hay cáu kỉnh và có tâm lý tiêu cực. Ở xứ nóng nhịp độ phát triển sinh lý nhanh hơn bình thường. Các bé gái Ấn-độ 11 tuổi đã có thể sinh nở. Từ đó các hậu quả xã hội như chế độ đa thê, nạn tảo hôn, sự không kiểm soát sinh sản là điều tất hữu. Ngoài ra xứ nóng thường gặp hai đại nạn là hạn hán và thiên tai bão lụt; rắn rết, độc trùng ruồi muỗi sinh sôi nảy nở tạo thêm tính chất hiểm nghèo cho cái quê hương tật dịch và bệnh truyền nhiễm.

Không kể các nền văn minh cổ xưa đã bị chôn lấp ở miền Trung Á, Ấn-độ thì hình như nhờ sự biệt đãi của thiên nhiên dành cho dân ôn hàn đới mà họ đã tiến lên và cầm đầu nền văn minh cơ khí hiện tại. Nền văn minh đó đã khai sinh ra các thứ "đế quốc cũ", "đế quốc mới". Qua hai trận Thế chiến hãi hùng họ đã sử dụng cái văn minh đó để sát phạt lẫn nhau, tranh nhau vẽ lại bản đồ thế giới, giành dựt thuộc địa để giải quyết thặng dư của nền kinh tế kỹ thuật quá độ.

Thế là dân các xứ nhiệt đới nhược tiểu, nhiều hơn ai hết cứ phải tiếp tục hứng chịu hai tai họa bởi sự ngược đãi của thiên nhiên và tham vọng tàn ác của các đế quốc.

3. SAU HAI TRẬN THẾ CHIẾN VÀ CÁC PHONG TRÀO DÀNH ĐỘC LẬP

Bọn đế quốc dù cũ hay mới vẫn luôn luôn chưa từ bỏ tham vọng. Dù bị đánh bật ra khỏi xứ hay gọi là trao trả chủ quyền họ vẫn không quên gieo rắc mâu thuẫn vào nội xứ với chủ tâm có dịp can thiệp về sau hoặc đứng sau lưng đóng vai quan thầy viện cớ rằng dân các xứ thuộc địa "chưa đủ tư cách làm dân một nước độc lập"!

Kết quả cuộc tranh đấu thần thánh của Mahatma Gandhi để

rồi đưa đến cho bán đảo Ấn-độ đồng văn đồng chủng hai xứ Ấn (India) Hồi (Pakistan) rồi đến Bangladesh và chưa ai biết rồi sẽ đến gì nữa? Mười năm kháng chiến chống Pháp giành độc lập của Việt nam đã đưa đến tình trạng phân chia Nam Bắc, 30 năm tiếp tục cảnh huynh đệ tương tàn và ai biết rồi sẽ còn gì nữa?

Một miền Phi châu với da đen tóc quăn môi dày lại được thành hình một nước cộng hòa da trắng!

Đế quốc đã sử dụng yếu tố tôn giáo, yếu tố chủ nghĩa ý thức hệ, yếu tố chủng tộc để gây mâu thuẫn và chia cắt. Còn bao nhiêu yếu tố khác được áp dụng dưới bao nhiêu hình thức khác mà chủ mưu chắc không ai khác hơn là các đế quốc cũ, mới đã biến dạng dưới các hình thức đồng minh này nọ.

Hồi Thế chiến thứ nhất, Hoa kỳ đứng vòng ngoài chủ trương Châu Mỹ của người Mỹ và theo đuổi chính sách bất can thiệp. Khi sự thế "chẳng đặng đừng" thì Mỹ " dấn thân". Thế chiến thứ hai được dập tắt. Phe Phát xít bại trận tan tành xác pháo. Phe Đồng minh đã đảm đương quá nhiều trong hai trận đại chiến vừa qua nên mỗi mòn lực lượng. Duy Mỹ mới vào sau nên còn hùng hậu hơn cả. Không những thế mà có thể nói "đây là cơ hội bằng vàng" của Mỹ để phát triển nền kinh tế cũng như chính trị của Mỹ trên trường quốc tế.

Mao Trạch Đông lợi dụng thế cờ Quốc Cộng hợp tác cứu

quốc đã thừa thế đánh bật Tưởng Giới Thạch ra khỏi lục địa Trung-hoa. Phe Cộng từ nay được một giải đất mênh mông nối liền từ Âu sang Á.

Hoa-Kỳ bắt tay liên kết các nước Tây phương, phục hồi phe trục(?) đứng đầu khối Thế giới tự do.

Các phong trào kháng chiến bí mật được nuôi dưỡng từ các "thánh địa" lần lượt xuất hiện, trở về, trong đó một số đã trở thành một loại "thay thầy đổi chủ".

Tình trạng "Thế giới hai phe" đã gây ra bao nhiêu cảnh chiến tranh tương tàn bằng vũ khí ngoại nhân ở các nước nhược tiểu và chậm tiến.

Về phía các cường quốc, chính sách viện trợ để can thiệp vào nội tình có thể trông thấy rõ tại các nước đang còn dằng dai chiến cuộc và chưa tìm ra giải pháp chấm dứt chiến tranh, giải pháp chính trị.

Liên-xô xưa nay vẫn gọi là "thành trì cách mạng vô sản thế giới" cũng đã bị phân toái từ khi có phong trào xét lại và hạ bệ Stalin. "Cơm không lành canh không ngon" với Hoa lục, Liên-xô cố giữ uy quyền với các xứ Đông Âu qua sự đàn áp Hung-gia-lợi và sự can thiệp vào nội tình Tiệp-khắc. Trung-hoa nổi lên phong trào "Văn hóa đại cách mạng" củng cố uy quyền của chính thể và cố lấy lòng các nước Á, Phi và Châu Mỹ La-tinh.

Cái thế "Thế giới hai phe" chuyển thành thế "chân vạc". Một nước được xoay quanh một số nước chư hầu. Ba chân vạc Mỹ, Nga, Trung-hoa đã bắt đầu những cuộc thử sức mới mà thí điểm của họ là các chư hầu nhược tiểu. Chiến tranh Triều-tiên và chiến cuộc Đông dương, chiến tranh Ấn Hồi chiến tranh Trung đông giữa Á-rập và Do-thái là trường hợp điển hình tiêu biểu nhất cho công cuộc thử sức của ba chân vạc này.

Những chính phủ giả hiệu, những chính thể trung lập cưỡng ép chỉ là những giải pháp tạm thời cho bọn đàn anh nghỉ mệt. Cho đến khi nào còn lệ thuộc vào các nước lớn trong chiến tuyến của ý thức hệ, các nước nhược tiểu còn làm vật hi sinh.

a) Nhận diện vấn đề

Từ sự ngược đãi của thiên nhiên đến tham vọng của đế quốc, các xứ nhược tiểu chậm tiến hiện đang chịu nhiều tai họa trầm trọng và triền miên, trong số đó có thể kể: Nạn nghèo đói; Sự dốt nát, và Chiến tranh phân hóa.

Gần đây, khi nói đến các nước nghèo đói, nhược tiểu, chậm tiến, người ta thường ngầm đồng ý với nhau rằng đó là các xứ thuộc vùng Á châu, Phi châu và Mỹ châu La-tinh.

Nạn nghèo đói của các quốc gia này là hậu quả của nhiều nguyên nhân như: đất đai cần cỗi, thiên tai hạn hán, thiếu nước tưới, kỹ thuật canh tác thô sơ, đất bỏ hoang không khai phá v.v... Tuy nhiên quan trọng hơn cả là vấn đề sản lượng mễ cốc và thực phẩm không đủ cung ứng cho một dân số khổng lồ đang ngày một gia tăng theo một nhịp độ thần tốc.

Theo thống kế của Liên-hiệp-quốc, năm 1960 có khoảng 70% dân số thế giới sống tại các quốc gia chậm tiến. Tỉ số này được dự tưởng sẽ lên đến 80% vào năm 2000. Riêng Á châu, nếu đem dân số so với diện tích thì dân số Á châu, kể chung cả miền nam Liên-bang Xô-viết và Đông bộ Iran, đã chiếm đến phân nửa dân số thế giới, trong khi đó diện tích đất đai của họ không đầy 1/6 diện tích đất đai của địa cầu! Cũng theo con số thống kê của Liên-hiệp-quốc thì dân số Á châu năm 1965 xấp xỉ 1,8 tỷ người. Con số này được dự thưởng sẽ tăng lên đến 3,4 tỷ người vào năm 2000; nghĩa là chỉ trong vòng 35 năm dân số Á châu sẽ tăng lên 89%.

Trong số quốc gia Á châu, Trung-hoa và Ấn-độ được coi như hai quốc gia dẫn đầu về số gia tăng nhân khẩu. Người ta tính năm 1800 dân số Ấn-độ mới vào khoảng 50 triệu người nhưng đến năm 1960 đã lên đến 450 triệu người. Để hãm bớt đà gia tốc về dân số, chính phủ Ấn-độ vào khoảng 5 năm trước đây đã chủ trương một chương trình cấp dưỡng cho những người đàn ông tự nguyện hoạn bộ phận sinh dục của mình! Hình ảnh những người đàn ông xếp hàng trước cửa bệnh viện đã được đài truyền hình Nhật-bản đưa lên màn ảnh vô tuyến trong chương trình phóng sự quốc tế. Đó là sự kiện bi đát của nhân loại đáng cho chúng ta suy gẫm.

Nạn đói và sự khan hiếm thực phẩm ở Á châu đã trở thành nguyên nhân chính cho các vấn đề chính trị, kinh tế và giáo dục của các xứ này.

Tình trạng Mỹ châu La-tinh tuy không kinh khủng như Á châu nhưng không phải là không đáng quan ngại. Dân số Mỹ châu La-tinh năm 1965 là 245 triệu người và theo dự tưởng của Liên-hiệp-quốc sẽ lên đến 630 triệu người vào năm 2000; nghĩa là trong khoảng 35 năm sẽ tăng 157%. Mỹ châu La-tinh đã có thời xuất cảng thực phẩm nhưng nay thì điều đó đã trở thành truyện xưa tích cũ.

Về nạn thất học thì cho đến hậu bán thế kỷ 20 trên thế giới có đến 700 triệu người dốt (44% dân số thế giới không biết đọc và viết ngôn ngữ của họ). Theo tài liệu UNESCO, trong số 700 triệu người dốt trên thế giới thì hết 500 triệu người thuộc vùng Á châu, Phi châu và Mỹ châu La-tinh.

Riêng Ấn-độ đã đặt nặng chương trình diệt dốt dưới sự yểm trợ của cơ quan văn hóa Liên-hiệp-quốc, tuy nhiên tiến bước vẫn còn chậm chạp bởi lẽ Ấn-độ là một quốc gia có một dân số khổng lồ với 200 ngôn ngữ khác nhau! Năm 1947, sau khi thu hồi độc lập người ta được biết chỉ có 30% trẻ em Ấn-độ tuổi từ 6 đến 11 được đi học.

Đến năm 1961 tổng số người biết chữ cũng chỉ mới đạt được 23%. Số phụ nữ Ấn biết chữ chưa tới 8% vào năm 1951 và mười năm sau cũng mới đạt được vào khoảng 13%.

Mỹ châu La-tinh thì vẫn còn hàng triệu trẻ em không đi học, vấn đề giáo dục cho thổ dân (Indians) vẫn còn bỏ lơ và phụ nữ vấn còn chưa biết chữ.

Phi châu không có cái mật độ dân số như Á châu, đó là điều may mắn nhưng nạn đói kém và thất học cũng vẫn còn là vấn đề lớn của xứ này. Ngoài ra dân Phi châu của hầu hết cựu thực dân địa đều mang một mặc cảm bị xem như là giống dân thấp kém (inferior humans). Cho nên họ dồn nỗ lực vào sự xây dựng một nền giáo dục cao cấp để xóa cái mặc cảm hạ tiện của người da đen mà xưa kia bị coi là tôi mọi thay vì một nền giáo dục đại chúng để đáp ứng nhu cầu cho khối lượng dân số. Một đoạn trong lời tuyên ngôn của Đại học Ghana viết năm 1959 đã nói như sau:

"Đại học Ghana sẽ là một trong những đại học tiên phong tiến bộ nhất của thế giới. Là một ngôi vị vĩ đại của Phi châu về học vấn, đại học Ghana sẽ đào tạo những hàng lãnh đạo cho tư tưởng Phi châu, đào tạo học giả và cung ứng nhu cầu phát triển của xứ sở". (*The University of Ghana shall take its place among the foremost universities of the world. As a great African seat of learning it shall give leadership to African thought, scholarship, and development).*[23]

Tóm lại ở các nước nhược tiểu, nạn dốt nát vừa là nguyên nhân cũng vừa là hậu quả của sự chậm tiến.

Về nạn chiến tranh phân hóa thì hình như các nước lớn họ có quyền nghĩ rằng đó là một hình thức chiến tranh mới, tất hữu khi mà chiến tranh thế giới lần thứ ba không thể thật sự bùng nổ đại qui mô được. Hình thức chiến tranh này giúp cho các nước lớn giải quyết cho họ những sôi sục chất chứa, những mâu thuẫn và tranh chấp. Vì thế mà hầu như họ đều chấp nhận sự hiện hữu, mọi giải pháp chỉ như là tạm bợ để lắng dịu, bởi chấm dứt thật sự nơi này ắt phải di chuyển đấu trường đến nơi khác. Nhưng cho dù di chuyển đến đâu, nơi đó chắc chắn không phải là một trong những nước có thế lực. Các nước nhược tiểu đã nghiễm nhiên trở thành quê hương của loại chiến tranh này.

b) Đối sách

Đứng trước thực trạng bi thảm của Á châu nói riêng, các xứ nhược tiểu nói chung, đối diện với các vấn đề có tính cách quyết định sự sống còn cũng như định vị cái giá trị trên trường quốc tế, chắc chắn giáo dục hơn tất cả có trách nhiệm trong việc tìm kiếm một hướng tiến cho dân tộc để giải quyết các

---

[23] Eric Ashby, *African Universities and Western Tradition*, p.1 – trích dẫn lại.

thực trạng. Vì sao vậy? Bởi lẽ mọi sự phá hoại hay kiến thiết đều bắt đầu từ giáo dục.

Để đóng các vai trò phục hưng và phát triển xứ sở, tư tưởng giáo dục phải được tái định hướng bằng một nhãn quan có tầm xa rộng, thiết thực và tiến bộ. Cái tư tưởng coi giáo dục như một ưu tiên dành cho một số người ưu tú, một thiểu số ở tầng cấp cao trong xã hội tuy ngày nay đã lỗi thời nhưng thật sự vẫn còn tồn tại ở một số các xứ chậm tiến. Người có cơ hội đi học thì muốn trở thành một thứ người cao hơn người trong xã hội. Trong khi xã hội cần những người thợ có chân tài, những khối óc có kỹ năng, những bàn tay khéo léo để thúc đẩy sự tiến bộ, để đóng góp vào sự phát triển nền kinh tế lạc hậu và xã hội còn phân hóa thiếu đồng nhất thì lớp người ấy còn ước mơ cái học làm quan học để trở nên một hạng người thuộc giai cấp thống trị và bóc lột. Rena Foy trong The World of Education đã có lời nhận định về tình trạng Á châu như sau: "Trong hầu hết các quốc gia Á châu, những ưu tiên không được dành cho sự huấn luyện nhân sự về ngành canh nông và vận tải. Trong một số các quốc gia Á châu, các đại học vẫn tiếp tục cho ra hàng ngàn thanh niên tốt nghiệp về ngành nhân văn học và đào tạo những nghề nghiệp đặc biệt là ngành luật. Họ đã bắt chước lý tưởng giáo dục Tây phương trong khi có ý không cần biết đến những cần thiết căn bản cho sự sống còn trong quê hương của chính họ". *(In most countries of Asia, priorities have not been given to training personnel for agriculture or transportation. In some Asian nations, universities continue to graduate thousands of young persons educated in the humanities and prepared in the professions especially law. They have imitated the ideals of western education while tending to ignore the basic necessities for survival within their own countries)*[24]. Phải thực tế hóa giáo dục để làm sao đóng góp vào sự giải quyết nạn đói kém, bệnh tật, dốt nát đó là điều kiện tiên quyết. Có thực mới vực được đạo. Đạo lý hay ho đến đâu mà bụng đói thì cũng không thể thi hành được. Để thoát khỏi tình trạng kinh tế lạc hậu đương nhiên người ta phải nghĩ đến việc học tập kỹ thuật Tây phương. Một câu nói mới nghe có vẻ giản dị gần như hiển nhiên nhưng thật ra đối với các quốc gia Á châu nhất là những xứ nặng nề về một truyền thống triết lý nhân sinh đặc biệt thì đây trở thành một vấn đề đấu trang tư tưởng không kém phần gay cấn. Giáo dục trước tiên phải đóng vai trò tái định hướng tư tưởng bằng một triết lý thực tiễn, một chính sách rõ rệt và một kế hoạch thực thi chặt chẽ. Tình trạng các xứ hậu tiến ngày nay vẫn còn lỏng lẻo trong việc thực thi chính sách. Mặc dầu người ta chấp nhận việc học tập kỹ thuật Tây phương và khởi sự một công cuộc đầu tư trí thức ở ngoại quốc, nhưng số nhân dụng có đáp ứng được là bao. Ở các xứ nhược tiểu đã có rất nhiều thanh niên xuất ngoại du học nhưng một số không nhỏ đã học những ngành theo ý thích mà

---

[24] Rena Foy, The World of Education, The MacMillan Company, London, 1969, tr. 127.

không theo nhu cầu quốc gia, họ học hành một cách đơn độc chứ không theo một kế hoạch tập thể và đa số học xong ít chịu về nước.

Song song với việc đầu tư trí thức là vấn đề khai thác tài nguyên thiên nhiên và tận dụng lao động lực. Đó là những chương trình mà nói gần hơn là thiết lập khu kỹ nghệ, khẩn khoang, định cư, đô thị hóa nông thôn để giải tỏa áp lực dân số đổ xô về thành thị.

Vấn đề quan trọng không kém việc phát triển kinh tế là tái tạo sự đồng nhất hóa tư tưởng quốc gia, tinh thần dân tộc và đạo đức cách mạng.

Ngu dân và chia để trị là hai chính sách căn bản mà không một đế quốc thực dân nào không áp dụng nơi thực dân địa của họ. Vì vậy nhà giáo dục có ý thức sứ mệnh phải nghĩ đến sự phục hồi tư tưởng đồng nhất quốc gia và tái tạo tinh thần dân tộc. Chừng nào chưa ý thức được điều này, chưa thực hiện triệt để điều này, chừng đó chiến tranh phân hóa còn hiện hữu.

Nếu đường sá giao thông là phương tiện nối kết sự sinh hoạt xã hội thì ngôn ngữ văn tự là phương tiện nối kết về văn hóa tư tưởng. Để đồng nhất hóa tư tưởng quốc gia và tinh thần dân tộc việc khởi đầu và cấp bách là dạy chữ quốc ngữ, diệt dốt và giáo dục tráng niên. Về giáo dục học đường cũng phải đồng nhất hóa tổ chức. Học đường là cơ sở giáo dục chung cho tất cả trẻ em không phân biệt nam nữ, tôn giáo, chủng tộc hay giai cấp xã hội.

Giáo dục, ngoài ra, còn nhận lãnh trách nhiệm về sự đào tạo cho thế hệ tương lai tinh thần dân chủ, tinh thần bình đẳng, sự liêm khiết, dự biết gìn giữ thể diện quốc gia, tinh thần trách nhiệm và biết đóng góp cá nhân cho tập thể dân tộc.

Nếu những người có trách nhiệm với giáo dục đều một lòng trung kiên thực thi sứ mệnh ấy, chúng ta chỉ cần hai thế hệ là có thể tạo lập được một xã hội mới nếu không hơn thì chắc chắn cũng đồng đẳng với các nước trên trường quốc tế.

ĐỀ TÀI NGHIÊN CỨU HOẶC THẢO LUẬN

1. Nạn đói và sự khan hiếm thực phẩm ở Á châu đã trở thành nguyên nhân chính cho các vấn đề chính trị, kinh tế và giáo dục của các xứ này.

2. Ở các nước nhược tiểu, nạn dốt nát vừa là nguyên nhân cũng vừa là hậu quả của sự chậm tiến.

3. Mọi sự phá hoại hay kiến thiết đều bắt đầu từ giáo dục.

4. Thử tìm biện pháp cho tình trạng sau đây: "Ở các xứ nhược tiểu đã có rất nhiều thanh niên xuất ngoại du học nhưng một số không nhỏ đã học những ngành theo sở thích chứ không theo nhu cầu phát triển quốc gia, hầu hết

học một cách đơn độc chứ không theo một kế hoạch tập thể và đa số thì học xong không chịu về nước".

5. Ở các nước nhược tiểu, chừng nào mà tư tưởng đồng nhất quốc gia chưa được phục hồi, tinh thần dân tộc chưa được củng cố, chừng đó chiến tranh phân hóa còn có cơ hội bùng nổ hoặc tiếp diễn.

1. Tại sao phải đồng nhất hóa tổ chức học đường? Tại sao học đường phải là cơ sở giáo dục chung cho tất cả con em không phân biệt nam nữ, tôn giáo, chủng tộc hay giai cấp xã hội?

2. Tại sao người ta đòi hỏi giáo dục phải nhận lãnh trách nhiệm về sự đào tạo cho thế hệ tương lai tinh thần dân chủ, tinh thần bình đẳng, đức tính liêm khiết, sự biết giữ thể diện quốc gia, có tinh thần trách nhiệm và biết đóng góp cá nhân cho tập thể dân tộc?

VII.
MỤC ĐÍCH CỦA GIÁO DỤC VÀ SỰ HÌNH THÀNH MẪU NGƯỜI LÝ TƯỞNG

J.J. Rousseau chủ trương giáo dục không có mục đích huấn luyện con người trở thành một người lính, một quan tòa hay một thầy tu mà huấn luyện con người sao cho thành người.

Giáo dục lấy con người làm đối tượng và cứu cánh cũng ở con người. Vì thế việc làm của giáo dục trước tiên là quan niệm cho ra một mẫu người mà giáo dục mong đợi. Khoảng nửa thế kỷ trở lại đây, chính sách giáo dục kết hợp với kinh tế hầu như là đường lối chung của các quốc gia tiền tiến, không kể tư bản chủ nghĩa hay xã hội chủ nghĩa. Đầu tư giáo dục để phát triển kinh tế rồi lại dùng thực lực kinh tế đài thọ cho những chương trình đầu tư giáo dục. Nếu chủ nghĩa xã hội chủ trương thuyết "Kinh tế quyết định" thì đẳng tư bản cũng có những thứ được mệnh danh là "Économic animal" cứ lầm lũi đánh hơi theo mùi kinh tế mà quên lãng những khía cạnh khác của con người và xã hội. Nếu giáo dục Liên-xô nhằm đào tạo mẫu người mà theo họ quan niệm là "một đơn vị sinh sản" thì, cũng thế, giáo dục Hoa-kỳ quan niệm con người là "một đơn vị của cộng đồng"[25]. Một đàng xem con người như một bộ phận của guồng máy sinh sản xã hội, một đàng xem con người như thành viên của tập thể cộng đồng.

Tuy nhiên nếu cứ một mực đi theo đà phát triển kinh tế mà quên lãng những khía cạnh khác của con người và xã hội thì chắc chắn hậu quả sẽ đưa đến những mâu thuẫn nội tại vô cùng trầm trọng. John Dewey đã đề cập trong Human Nature and Conduct như sau: "Sự ly khai giữa sản xuất và tiêu thụ, phương tiện và cứu cánh là thâm căn cố đế của sự phân chia giai cấp. Sự đấu tranh giai cấp phải bùng nổ giữa những người bị bắt buộc lao động sản xuất và những người được đặc quyền tiêu thụ". *(The separation of production and consumption, means and ends, is the root of the most profound division of classes... Class struggle grows between those whose productive labor is enforced by*

---

[25] Sakae Yamada, Kyoiku Katei no Shin Kenkyu, Bunkosha, 1970, tr. 9.

necessity and those who are priviledged consumers).[26]

Hình ảnh con người lý tưởng mà giáo dục ngày nay mong đợi là một con người trọn vẹn. Hai chữ trọn vẹn tuy có vẻ mơ hồ nhưng thật uyển chuyển vì nó không đóng khung quan niệm. Giáo dục ngày nay không nhằm đào tạo một thiểu số ưu tú, một loại trí thức xa rời quần chúng lao động, một loại xa xỉ phẩm của xã hội con người hay một hạng người cho giai cấp thống trị. Con người của giáo dục hiện tại phải là con người hòa mình vào cộng đồng, có bổn phận làm thăng tiến cái cộng đồng mà nó đang sinh sống trong đó. Trong sự thăng tiến xã hội, yếu tố then chốt là phải điều hòa mâu thuẫn, phải vô hiệu hóa sự tranh chấp giữa sự bất bình đẳng về sản xuất và tiêu thụ. Giáo dục trước tiên có nhiệm vụ võ trang tinh thần, cải tạo tư tưởng để cho con người có đủ sáng suốt và nghị lực nhìn rõ thực trạng xã hội và mong muốn một cái gì khác hơn thế, một cái gì tiến bộ hơn. M.V.C Jeffrays Glaucon đã nhận định điểm quan trọng về mục đích như sau: "Cái nhược điểm trầm trọng nhất của nền giáo dục mới là sự lỏng lẻo về mục đích. Nhìn qua lịch sử chúng ta thấy hầu hết những hệ thống giáo dục sinh động và hiệu quả là những hệ thống giáo dục đã quan sát đúng đắn, xác định tận tường mục tiêu liên hệ đến tính chất cá nhân và hoàn cảnh xã hội. Giáo dục cổ Hi-lạp, giáo dục phong kiến,

---

[26] John Dewey, Human Nature and Conduct, the Modern Library New York, 1957, tr. 272-273.

giáo dục dòng Tên, giáo dục Đức quốc xã, giáo dục cộng sản đều giống nhau ở điểm này. Họ biết rõ họ cần phải làm gì và họ tin tưởng vào điều họ làm. Trái lại giáo dục tự do dân chủ thì bi thảm thay mù mờ về mục đích". *(The most serious weakness in modern education is the uncertainty about its aims. A glance over history reminds us that the most vital and effective systems of education have envisaged their objective quite definitely, in terms of personal qualities and social situations, Spartan, Feudal, Jesuit, Nazi, Communist educations have had this in common, they knew what they wanted to do and believed in it. By contrast, education in the liberal democracies is distressingly nebulous in its aims).*[27]

Nếu chúng ta quan niệm ra hình ảnh con người mà ta mong đợi thì tự khắc mục tiêu của giáo dục được xác định ngay. White Head khi viết về mục tiêu giáo dục cũng trước tiên xác định một mẫu người: "Mục tiêu mà chúng ta phải hướng đến là con người có cả văn hóa và kiến thức chuyên môn trong chiều hướng đặc biệt. Kiến thức chuyên môn sẽ là điểm khởi hành của nó và văn hóa sẽ hướng dẫn nó đến chỗ thâm sâu như triết học và cao thượng như nghệ thuật". *(What we should aim at producing is men who possess both culture and expert knowledge in some special direction. Their expert knowledge will give them the ground to start from, and their culture will lead them as deep as*

---

[27] M.V.C Jeffrays Glaucon, An Inquiry into The Aims of Education, pittman, 1950, tr. 61, trích dẫn lại.

philosophy and as high as art).[28]

ĐỀ TÀI NGHIÊN CỨU HOẶC THẢO LUẬN

1. Mẫu người lý tưởng trong giáo dục Khổng giáo.

2. Mẫu người lý tưởng trong giáo dục Phật giáo.

3. Hình ảnh mẫu người mà giáo dục hiện đại mong đợi.

4. Thử tìm mẫu người cho Việt-nam ngày nay.

---

[28] White Head, The Aims of Education, Ernest Benn, 1966, tr. 1.

VIII.
THỬ TÌM HÌNH ẢNH MẪU NGƯỜI CHO VIỆT-NAM VÀ ĐỀ NGHỊ PHƯƠNG THỨC HÌNH THÀNH

1. MẪU ĐỀ NGHỊ

Giáo dục xưa nay vẫn đi tìm mẫu người lý tưởng cho mỗi thời đại. Nếu ngày nay Hoa-kỳ quan niệm như là một phần tử của cộng đồng (a member of the community), Liên-xô quan niệm như một đơn vị sinh sản (a producer) thì xưa kia giáo dục Âu châu quan niệm như một educated – man hoặc gentleman; còn Đông phương thì Khổng tử đề cao người quân tử, Thích-Ca ca ngợi người Bồ-tát.

Trong những hình ảnh trên, có khá nhiều mẫu người quá lý tưởng khiến ta khó thực hiện sự đào tạo về phẩm cũng như về lượng khả dĩ đáp ứng nhu cầu xã hội; có những mẫu người quá xa rời quảng đại quần chúng còn có mẫu người thì được quan niệm khá hời hợt dễ dãi.

Nói đến Việt-nam, lâu nay đa số người vẫn đồng hóa danh từ giáo dục là nghề dạy học, ít ai quan niệm rằng giáo dục bao gồm một lĩnh vực rộng lớn về đời sống cá nhân và xã hội. Trong mỗi hành vi cá nhân đều có tác dụng giáo dục hoặc tốt hoặc xấu ảnh hưởng đến người khác. Cho nên giáo dục là điều mà mọi người phải ý thức, mọi người phải có trách nhiệm, tự xây dựng cho mình và cho xã hội. Việt-nam ngày nay đang đòi hỏi mọi người phải ý thức như vậy và đóng góp vào sự tìm kiếm mẫu người cho Việt-nam. Sau đây là ba đức tính cần thiết của mẫu người được đề nghị:

a) Tình cảm quốc gia và tinh thần dân tộc

Suốt từ thời nhà Đinh dẹp 12 sứ quân cho đến nay có thể nói Việt-nam chưa có một thời nào thống nhất thật sự dài lâu. Vấn đề đồng nhất hóa quốc gia là một công việc đòi hỏi nhiều cố gắng, nhẫn nại và tế nhị. Việt-nam có một hình thể địa lý hẹp và dài, nhất là ở miền Trung, tuy đồng một ngôn ngữ nhưng mỗi tỉnh có một giọng nói khác; sinh hoạt tình cảm tư tưởng và phong tục có những điểm không giống nhau. Thêm vào đó, trải qua nhiều thời đô hộ, các địa phương Việt-nam bị khai thác dưới khía cạnh xấu để chỉ trích lẫn nhau, góp phần vào chủ trương chia rẽ. Thí dụ những câu tục ngữ như: Quảng-nam hay cãi, Quảng-ngãi hay co, Bình- định hay lo, Thừa-thiên ních hết, nói lên cái bản tính ưa lý luận, ưa cãi vặt của người Quảng-nam, tính cau co quạu quọ bất mãn của người Quảng-ngãi, tính hay lo lót hối lộ của người Bình-định, và tính tham nhũng hay ăn hối lộ của người Huế; tuy có phản ánh một phần nhưng thật ra câu này chỉ đưa lên khía cạnh bất lợi và không xây dựng. Nhà giáo dục là người luôn làm việc tới tinh thần ôn hòa, chỉ muốn tìm kiếm khía cạnh tốt để phát triển hơn là khai thác khía cạnh xấu để chỉ trích. Cho nên giáo dục mới ngày nay đã quan niệm lại vấn đề kỷ luật ở học đường. Nhà giáo thật sự giúp ích cho sự phát triển của trẻ là người luôn luôn tìm cách thưởng để khuyến khích hơn là phạt để trừng trị. Vậy đức tính thứ nhất cho mẫu người Việt-nam mà giáo dục phải hun đúc là tình yêu thương tổ quốc và giống nòi. Để thực hiện công trình đào tạo khía cạnh tình cảm này, chương trình học đường phải đặt nặng các môn quốc sử, địa lý và công dân giáo dục. Nhà giáo dạy các môn này phải ý thức tầm quan trọng trong việc đào tạo cho thế hệ trẻ tình yêu quê hương và tình yêu giống nòi. Những mẩu chuyện cảm động, những gương anh dũng của các bậc anh hùng cứu nước chống xâm lăng của các tiền nhân khai phá, mở mang bờ cõi, cho đến những phong cảnh, những di tích lịch sử văn hóa, phong tục địa phương, câu hò giọng hát v.v... phải được kể cho trẻ nghe, chỉ cho trẻ xem, và gợi cho trẻ sự cảm động đối với cái gia tài phong phú ấy.

b) Óc thực tế và kiến thức chuyên môn

Đây có thể là đức tính thứ hai của người Việt-nam ngày nay mà giáo dục mong mỏi để tái thiết những đổ nát xã hội và xây dựng tương lai. Đi vào một miền xa của nông thôn Việt-nam, người dân xứ văn minh có thể tưởng như lạc vào một thời của lịch sử. Trong khi Việt-nam nói riêng, Á châu nói chung đang cần đến kỹ thuật để phát triển xứ sở thì ngành học vấn các xứ này vẫn còn thiên trọng về nhân văn học và ngành học phổ thông, khiến người Tây phương có thể nghĩ rằng dân Á châu hình như thích tư tưởng hơn là no bụng. Các kế hoạch gia giáo dục cần phải cấp bách điều chỉnh hướng sinh hoạt này để đáp ứng nhu cầu thực tế, nếu không chỉ là những lý thuyết gia ở trên mây chân không chấm đất.

Về phương diện thưởng thức văn nghệ hay sáng tác văn nghệ cũng cần phải cải tạo tư tưởng, cải tạo thái độ. Chúng ta sẽ trở nên người tàn ác nếu chúng ta chỉ biết thưởng thức bức tranh "xóm nghèo" với đôi mắt và một tâm hồn thuần nghệ thuật. Văn nghệ gia khi xây dựng một tác phẩm nghệ thuật phải nói lên một ước muốn. Nhà văn nghệ có tâm hồn xây dựng phải tự hỏi: Viết cho ai đọc, nói cho ai nghe, trình diễn cho ai xem, đối tượng là ai và để làm gì?

Đối với các tôn giáo, điều hiển nhiên là cứu kính của bất cứ tôn giáo nào cũng nhằm đạt đến sự vĩnh cửu. Nhưng tôn giáo chân chính nào cũng gồm có hai phần: Thế gian pháp và xuất thế gian pháp. Đường lối hợp lý mà tôn giáo còn có thể tồn tại với nhân loại ngày nay là đi đến vĩnh cửu nhưng không từ bỏ các pháp thế gian, không xao lãng sự thể hiện hữu ích trong đời sống xã hội hiện tại. Một thiền sư đã nói lên sự vô ích của con người say sưa cầu pháp xuất thế gian mà chối bỏ hiện hữu qua bài kệ sau đây:

Phật pháp tại thế gian Bất ly thế gian giác Ly thế mích Bồ đề Cáp như câu thố giác.

Nghĩa là: Phật pháp vốn ở ngay trong thế gian này. Sự giác ngộ Phật pháp không xa lìa sự hiểu biết thế gian. Kẻ nào xa lìa pháp thế gian để cầu đạo Bồ đề không khác nào đi tìm cái sừng con thỏ.

Ngoài ra, kiến thức chuyên môn là điều kiện cần thiết để thăng tiến mọi ngành sinh hoạt trong xã hội. Tuy nhiên, phổ thông hóa và chuyên môn hóa thường là hai vấn đề được tranh cãi bởi những kẻ chỉ đứng về một thái cực.

Tư tưởng giáo dục ngày nay quan niệm con người là con người trọn vẹn nhưng trong cái trọn vẹn có lãnh vực đặc thù. Ngay cả sự đào tạo một lĩnh vực học nào dù nhân văn hay kỹ thuật đều có hai phần tổng hợp hóa và chuyên môn hóa, hai phần ấy phải được kết hợp và phân phối hợp lý. Cuối cùng phần chuyên môn phải được coi là thượng tầng kiến thiết và phần tổng hợp phổ thông hóa phải đóng vai trò như hạ tầng cơ sở của tri thức vậy.

c) Tinh thần hợp tác và trách nhiệm

Phong kiến, thực dân và chiến tranh đã cướp mất của chúng ta nhiều di sản tinh thần quí giá. Trong khi ước mơ một mẫu người cho xã hội mới, nhà giáo dục trước hơn ai hết phải tự mình thể hiện tinh thần hợp tác và trách nhiệm. Nhà giáo dục Liên-xô Ma-ca-răng-cốp đã biểu dương cái giá trị hợp tác bằng lời lẽ khá nặng nề như sau:

"Thà có năm nhà giáo dục ngu ngốc mà biết thống nhất ý chí và hợp tác hành động còn hơn có mười nhà mô phạm tài ba mà mạnh ai nấy làm tùy hứng". (*Il vaut mieux avoir cinq éducateurs médiocres mais unis en une bonne collectivité soutenue par la même idée et travaillant ensemble que dix bons pédagogues qui travaillent chacun à sa manière selon sa propre inspiration*).[29]

Tục ngữ ta có câu: "Một cây làm chẳng nên non; ba cây dụm lại thành hòn núi cao". Câu nói thật dễ dàng ở đầu môi nhưng ít khi được ý thức trên công việc làm. Tinh thần hợp tác và trách nhiệm là yếu tố quyết định sự thành công và an toàn cho

---

[29] Makarenkov, Cahiers de Pédagogie moderne 43.

mọi ngành sinh hoạt.

2. PHƯƠNG THỨC HÌNH THÀNH

Dĩ nhiên khi tất cả chúng ta ý thức tầm quan trọng của giáo dục, phạm vi ảnh hưởng của giáo dục và thấy rõ trách nhiệm giáo dục ở mỗi cá nhân trong xã hội thì mọi hoạt động của chúng ta đều phải tham gia đóng góp vào sự hình thành mẫu người mà chúng ta mong mỏi. Sau đây là một vài điểm đề nghị:

a) Giáo dục thiếu nhi

Trẻ con trong sạch từ thể chất đến tinh thần, là niềm hi vọng của tương lai. Vì thế trong mọi cuộc đầu tư nhân sự, cuộc đầu tư nào cũng đặt giáo dục thiếu nhi lên hàng đầu. Chính sách giáo dục phải bắt đầu đặt cơ sở từ giai đoạn tiền học đường và muốn thực hiện được chính sách chắc chắn không thể trao trẻ con vào tay những nhà giáo tồi.

Nhật bản sau thế chiến, họ thấy không có gì cấp bách hơn là phải đào tạo một thế hệ mới với tư tưởng mới, tinh thần mới để xây dựng lại một xã hội mới. Trọng tâm giáo dục lúc bấy giờ đặt tất cả ưu tiên cho thiếu nhi. Đó là giai đoạn gọi là "Chiến hậu nhi đồng trung tâm chủ nghĩa". (Sengo jido chushin shugi)[30]. Cán bộ vườn trẻ, mẫu giáo, tiểu học được gia tăng đào tạo cấp tốc và huấn luyện kỹ lưỡng. Những người cán bộ này được

---

[30] Kun Ueda, Ningenzo to Kyoiku, Meiji, 1971, tr. 40.

tuyển chọn từ những tâm hồn biết cảm động rồi được trang bị tư tưởng "sống cho trẻ". Cái giai đoạn mà các quốc gia trên thế giới gọi là "cưỡng bách giáo dục" (compulsory) thì họ đã gọi bằng một danh từ ý nghĩa hơn: "nghĩa vụ giáo dục" (gimu kyoiku) nghĩa là toàn dân đều có nghĩa vụ đóng góp vào sự giáo dục trẻ em bằng những hình thức thuế khóa, phụ nạp, bằng cách khuyến khích và những biện pháp tạo điều kiện thuận lợi cho trẻ em đi học và trẻ em phải có nghĩa vụ đi học. Không có một trường tư thục nào dù cá nhân, đoàn thể được mở trong giai đoạn nghĩa vụ giáo dục. Mọi trẻ em phải được hưởng quyền lợi giáo dục như nhau và phải được giáo dục theo một đường lối đồng nhất mà quốc gia mong muốn.

b) Giáo dục tráng niên và xã hội

Đây là công tác giáo dục phải thực hiện song song với việc giáo dục thiếu nhi. Hiện tại số giờ trong ngày mà các em sống trong môi trường học tập ở học đường quá ít ỏi so với số giờ chúng sống trong gia đình và trong những môi trường khác. Cố gắng của giáo dục muốn đạt được hiệu quả là phải tăng số thời gian mà các em sống trong học đường. Lý tưởng nhất là từ 9 giờ sáng đến 5 giờ chiều và ăn nghỉ trưa tại trường. Ngoài ra giáo dục tráng niên nhằm bổ khuyết những kiến thức về đời sống, xây dựng những thái độ đứng đắn, một phần giúp cho đời sống chính họ, phần khác cũng để tránh bớt những ảnh hưởng không tốt của người lớn đối với trẻ con. Về phương diện giáo dục xã hội cần phải lưu ý đến các phương tiện truyền thông quảng bá nhất là đối với giới kinh doanh nhiều trường hợp vì doanh lợi nghề nghiệp đã gây tác hại không nhỏ cho thế hệ trẻ; thí dụ: phim ảnh, tạp chí, quảng cáo, các trung tâm giải trí, đồ chơi trẻ em, truyền hình, ca nhạc v.v…

c) Phong phú hóa chương trình học đường

Chương trình học đường phải quân bình ba lĩnh vực: trí dục, đức dục và thể dục. Chương trình học phải qui tụ tất cả chủ điểm vào Việt-nam. Song song với chương trình trong học đường còn phải thiết lập những hoạt động ngoại học đường để trẻ em có dịp đối chứng thực tế với những điều học trong sách vở, để so sánh xã hội bên ngoài với xã hội học đường, để tập sự đi vào xã hội với tinh thần hợp tác, trách nhiệm và phục vụ.

ĐỀ TÀI NGHIÊN CỨU HOẶC THẢO LUẬN

1. Nhà giáo dục là người luôn luôn làm việc với tinh thần ôn hòa, chỉ muốn tìm kiếm khía cạnh tốt để phát triển hơn là khai thác khía cạnh xấu để chỉ trích.

2. Nhà giáo thật sự giúp ích cho sự phát triển của trẻ là người luôn luôn tìm cách thưởng để khuyến khích hơn là phạt để trừng trị.

3. Vấn đề kỷ luật của nền giáo dục mới ngày nay đã thay thế cái roi bằng nụ cười.

4. Vị trí và vai trò của phổ thông hóa và chuyên môn hóa trong lĩnh vực tri thức.

5. Nhân chi sơ tính bản thiện, tính tương cận tập tương viễn. '

PHỤ LỤC 1

Các điều khoản hiến định về văn hóa giáo dục: (Trích Hiến Pháp Việt-Nam Cộng Hòa, ban hành ngày 01-4-1967)

CHƯƠNG II

- Điều 10:

1. Quốc gia công nhận quyền tự do giáo dục.

2. Nền giáo dục cơ bản có tính cách cưỡng bách và miễn phí.

3. Nền giáo dục đại học được tự trị.

4. Những người có khả năng mà không có phương tiện sẽ được nâng đỡ để theo đuổi học vấn.

5. Quốc gia khuyến khích và nâng đỡ các công dân trong việc nghiên cứu và sáng tác về khoa học, văn học và nghệ thuật.

- Điều 11:

1. Văn hóa giáo dục phải được đặt vào hàng quốc sách trên căn bản dân tộc, khoa học và nhân bản.

2. Một ngân sách thích đáng phải được dành cho việc phát triển văn hóa giáo dục.

CHƯƠNG IV

- Điều 59:

1. Tổng thống bổ nhiệm với sự chấp thuận của Thượng nghị viện: a) ... b) Viện trưởng các viện đại học.

2. ...

3. ...

CHƯƠNG VI

- Điều 93:

1. Hội đồng Văn hóa Giáo dục có nhiệm vụ cố vấn Chánh phủ soạn thảo và thực thi chánh sách Văn hóa giáo dục. Một Hàn lâm viện Quốc gia sẽ được thành lập.

2. Với sự chấp thuận của Quốc hội, Hội đồng Văn hóa Giáo dục có thể cử đại diện thuyết trình trước Quốc hội về các vấn đề liên hệ.

3. Các dự luật liên quan đến văn hóa giáo dục có thể được Hội đồng tham gia ý kiến trước khi Quốc hội thảo luận.

- Điều 94:

1. Hội đồng Văn hóa Giáo dục gồm: Một phần ba hội viên do Tổng thống chỉ định. Hai phần ba hội viên do các tổ chức văn hóa giáo dục công và tư, các hiệp hội phụ huynh học sinh để

cử.

2. Nhiệm kỳ của Hội đồng Văn hóa Giáo dục là bốn năm.

3. Một đạo luật sẽ qui định sự tổ chức và điều hành Hội đồng Văn hóa Giáo dục.

- Ghi chú:

1. (...) Chung một Điều nhưng không liên quan đến văn hóa giáo dục nên không trích dẫn.

2. Những điều khoản trên đây được trích theo ấn bản của Bộ Dân vận và Chiêu hồi, 1974.

PHỤ LỤC 2

Lược dẫn những điểm căn bản trong Dự án chánh sách giáo dục của Hội đồng Văn hóa Giáo dục. *(Trích Niên Giám của Hội đồng Văn Hóa Giáo Dục, nhiệm kỳ 1)*

CHƯƠNG MỘT: ĐẠI CƯƠNG

I. NGUYÊN TẮC CĂN BẢN

1. Mọi công dân đều có quyền và có bổn phận học hỏi để phát triển khả năng, hoàn thành nhân cách và phụng sự quốc gia, nhân loại.

Nền giáo dục cơ bản có tính cách cưỡng bách và miễn phí phải được thực hiện để bảo đảm quyền được giáo dục tối thiểu của mọi công dân.

Nền giáo dục cơ bản trong hiện tại gồm các lớp thuộc cấp I giáo dục phổ thông và trong vòng 10 năm tới phải bao gồm ít nhất là cấp I và II giáo dục phổ thông. Quốc gia phải áp dụng mọi biện pháp hữu hiệu để chấm dứt nạn thiếu nhi thất học và nạn tráng niên mù chữ.

2. Mọi công dân có quyền tự do lựa chọn, tùy theo khả năng và chí hướng, ngành học, chương trình học và trường học thích hợp cho chính mình hay cho con em mình.

3. Quốc gia phải tạo cơ hội đồng đều để mọi công dân đều có thể theo đuổi sự học phù hợp với khả năng và chí hướng. Quốc gia phải khuyến khích, nâng đỡ thích đáng tất cả những ai có khả năng mà thiếu phương tiện học hỏi.

4. Quốc gia phải dành một ngân sách thích đáng cho công cuộc phát triển giáo dục, tối thiểu là 10% tổng số ngân sách quốc gia.

5. Nền đại học phải được tự trị để công việc giảng dạy, khảo cứu, sáng tác và phát minh có thể tiến hành và phát triển thuận lợi. Tuy nhiên nền tự trị đó phải được quan niệm và thực hiện trong sự tôn trọng luật pháp quốc gia.

II. TÔN CHỈ GIÁO DỤC

Nền giáo dục Việt-nam được qui định bởi những tôn chỉ căn bản sau đây:

1. *Nhân bản:* Nền giáo dục Việt-nam đặt con người là cứu cánh, tôn trọng những giá trị thiêng liêng của con người,

hướng đến sự phát triển quân bình và toàn diện của mỗi người và mọi người.

2. *Dân tộc:* Nền giáo dục Việt-nam dựa trên căn bản văn hóa dân tộc, tôn trọng, bảo vệ và phát huy những giá trị truyền thống và tinh thần dân tộc, nhằm bảo đảm sự đoàn kết và trường tồn của dân tộc, thực hiện sự phát triển điều hòa và toàn diện của quốc gia.

3. *Khai phóng:* Nền giáo dục Việt-nam không ngừng hướng tới sự tiến bộ, tôn trọng tinh thần khoa học, rộng rãi đón nhận những tinh hoa văn hóa thế giới, tích cực đóng góp vào sự thăng tiến nhân loại, sự cảm thông và hòa hợp giữa các dân tộc.

III. ĐỊNH HƯỚNG GIÁO DỤC

Nền giáo dục Việt-nam nhằm hướng tới những lý tưởng sau đây:

1. Giúp mọi người đạt tới sự phát triển thích nghi, quân bình và toàn diện cá nhân, hoàn thành được nhân cách, sống hạnh phúc và xứng đáng với nhân phẩm.

2. Xây dựng một xã hội Việt-nam thực sự tự do, dân chủ, công bằng, tiến bộ, một quốc gia Việt-nam độc lập, thống nhất và hòa bình.

3. Bảo vệ và phát huy nền văn hóa dân tộc.

4. Xây dựng một nền kinh tế nhân bản khả dĩ bảo đảm sự no ấm cho mọi công dân, sự cường thịnh cho đất nước.

5. Phát triển mạnh mẽ tinh thần và sự nghiên cứu khoa học, tận dụng các phương pháp và kiến thức khoa học kỹ thuật.

6. Góp phần kiến tạo một thế giới huynh đệ, hòa bình, thịnh vượng và tiến bộ.

IX.
GIÁO DỤC SỨC KHỎE
VÀ SỰ LÀNH MẠNH

1. TÍNH CHẤT QUAN TRỌNG CỦA LĨNH VỰC GIÁO DỤC SỨC KHỎE VÀ LÀNH MẠNH

Giáo dục sức khỏe và sự lành mạnh là lĩnh vực căn bản cho nền giáo dục hiện tại. Thật vậy, gần đây tính chất thiết yếu của lĩnh vực này đã được nhấn mạnh trong các quan niệm sau đây:

a) Thứ nhất

Mục tiêu của giáo dục là hoàn thành nhân cách toàn diện. Giáo dục thực ra không phải chỉ hạn cuộc trong việc truyền lại cái trí thức, kinh nghiệm hay kỹ thuật đã thành của người lớn cho lớp trẻ. Rộng ra, giáo dục còn phải nhằm điều hòa và phát triển các đặc tính của trẻ về tinh thần cũng như thể chất.

Ý đồ của giáo dục là hình thành cái nhân cách tổng hợp của một toàn thể quân bình về tinh thần, thể chất, tình cảm xuyên qua các phương diện của sự phát triển xã hội. Nghĩa là lập trường của giáo dục là hình thành "con người toàn thể" (whole person) hay đức trẻ "toàn nhất thể" (child as a whole).

Vì lập trường "toàn nhân cách giáo dục" đó, vấn đề giáo dục sức khỏe và sự lành mạnh (Health and Physical education) đã chiếm một vị trí căn bản trong nền giáo dục mới.

b) Thứ hai

Những năm gần đây, nhiều nghiên cứu về y học, tâm lý học, tinh thần bệnh lý học v.v... liên quan đến đời sống trí tuệ của con người đã khá phát đạt. Cơ năng và sự cấu tạo của "con người tinh thần" và "con người nhục thể" đã lần lượt được giải thích. Người ta đã có khá nhiều kinh nghiệm cũng như dữ kiện để định rõ thế nào là trạng thái khỏe mạnh, trường hợp nào được gọi là bệnh hoạn và phải làm thế nào mới có thể khai triển năng suất làm việc tới mực độ phong phú v.v...

c) Thứ ba

Vấn đề sức khỏe và sự lành mạnh đã được hiểu với một ý nghĩa tích cực. Xưa nay hễ mỗi khi có bệnh tật là đến gõ cửa nhà thầy thuốc để nhờ chữa trị. Nhưng với sự phát đạt của ngành vệ sinh học thì ý nghĩa và mục đích không những chỉ trừ bệnh tật, duy trì sức khỏe mà còn chú trọng nhiều đến sự phòng ngừa bệnh tật và hơn nữa là sự tác thành nhân cách lành mạnh cho trẻ trong thời kỳ ấu niên và thiếu niên. Đó cũng là lập trường của Dự-phòng y-học vậy.

Như thế ta thấy rằng đối với sự duy trì và tăng tiến sức khỏe con người, ngành nghiên cứu này đã vượt qua lĩnh vực y học mà tiến sang phát đạt ở lĩnh vực giáo dục.

2. KHÁI NIỆM VỀ SỨC KHỎE VÀ SỰ LÀNH MẠNH

Giáo dục sức khỏe và sự lành mạnh là những sự dạy vẻ và chỉ dẫn về sức khỏe, cá nhân cũng như những điều thực tiễn cho một đời sống lành mạnh.

Mục đích của lĩnh vực giáo dục này nhằm đào tạo cho cá nhân một cuộc đời khỏe một nếp sống lành để đem năng lực phụng sự cho sinh hoạt chung của xã hội.

Theo Fenton, N trong Mental Hygiene in School Practice thì danh từ khỏe mạnh hay lành mạnh không phải chỉ có nghĩa tiêu cực như là sự không bệnh hoạn, không tật nguyền. Khỏe mạnh còn chỉ cho trạng thái hay khả năng có thể phát huy cơ năng tinh thần cũng như thể chất đến mức tối đa tối đại trong sinh hoạt tự kỷ liên hệ đến sinh hoạt xã hội[31]. Theo đó thì con

---

[31] Fenton, N, Mental Hygiene in School Practice, Stranford Univ Press, California, 1943. Trích dẫn lại.

người khỏe mạnh là người có đặc tính của một nhân cách thống nhất; thí dụ như thân thể thì có một năng suất làm việc cao, thế lực thì mạnh mẽ và điều hòa, trí năng thì sáng suốt hoạt bát và cảm xúc thì an định v.v...

Theo Blau, A trong The Diagnosis and Therapy of Health thì những tiêu chuẩn cơ bản của sự khỏe mạnh được qui định như sau: "Trong trường hợp khỏe mạnh, con người tự chính bản thân cũng như đối với môi trường sống tương đối cảm thấy thư thái, dễ chịu, tự tại, phủ phê. Hắn không có một dấu hiệu nào về sự khổ não, đau đớn, bất an hoặc triệu chứng của bệnh tật. Các cơ năng sinh lý của hắn làm việc một cách đều đặn như ngủ nghê, ăn uống, bài tiết v.v... không hề có sự trục trặc hay mất khoái cảm. Trong đời sống con người khỏe mạnh cũng có đôi lúc bất mãn, không thích ứng, không điều hòa nhưng tức thời có phản ứng đối trị và không lâu có thể phục hồi trạng thái bình thường".[32]

3. PHƯƠNG PHÁP LUYỆN TẬP THÂN THỂ

a) Sự bảo vệ vệ sinh

Phương pháp vệ sinh và sự gìn giữ sức khỏe đóng vai trò chỉ đạo đầu tiên trong việc luyện tập thân thể. Công việc giáo dục này không phải chỉ dành một số thì giờ để đọc sách hay tham

---

[32] Balu, A, The Diagosis and Therapy of Health, Amer. J. Psychiat, Vol. 118, No. 8, 1954. Trích dẫn lại.

dự các giảng khóa mà phải tạo cơ hội và điều kiện trong mọi sinh hoạt trong học đường cũng như ngoài học đường. Theo đó, ngoài nội dung các tài liệu và giảng khóa nhằm cung cấp kiến thức về vệ sinh và sự giữ gìn sức khỏe còn phải tạo lập hoàn cảnh, xây dựng thái độ và tập quán.

Sau đây là những điểm cần lưu ý và được hướng dẫn:

- Tập cho trẻ có thái độ vệ sinh bằng cách đặt chúng trong "hoàn cảnh thanh tịnh". Nếu các em được đặt trong hoàn cảnh thanh tịnh chúng sẽ không có những thái độ và hành vi bất khiết hay phản vệ sinh, trái lại chúng sẽ dễ hun đúc được những tập quán và đức tính sạch sẽ.

- Trẻ em bắt chước thái độ, hành vi vệ sinh của cha mẹ và thầy cô. Há miệng to ra ngáp, hắt hơi không che miệng, tay bẩn cầm thức ăn, tiểu xong không rửa tay, xỉa răng hay kỳ ghét rồi đưa lên mũi ngửi v.v... đó là những màn hay "trình diễn" những nơi công cộng của các xứ lạc hậu! Tất cả những hành vi trên đều có tác dụng phản giáo dục đối với trẻ.

- Trong các hoạt động bảo vệ vệ sinh và sức khỏe, vấn đề tiên quyết là sự tự giác, tự trọng và tinh thần hợp tác của mọi phần tử trong tập thể. Tạo một hoàn cảnh thanh tịnh dễ nhưng gìn giữ sự thanh tịnh là điều khó, nếu không tạo được tập quán và tinh thần tự trọng. Đó là sự biết gìn giữ sạch sẽ từ trong tư tưởng đến thái độ và hành vi, dù riêng tư hay công cộng, dù có hay không có mắt của tha nhân kiểm soát. Ở học đường điều này phải được quan tâm vào hàng đầu.

b) Sự săn sóc sức khỏe và đề phòng tật hoạn

Đây là hoạt động nhằm tự giúp cũng như giải quyết các vấn đề sức khỏe cho mỗi trẻ. Ngoài ra còn phải tìm kiếm, khám phá những chướng ngại về tâm, thân, những tật hoạn để đề phòng hoặc điều trị.

Sau đây là những điểm mà học đường cần phải chú ý săn sóc:

- Không được xao lãng việc lưu tâm quan sát tình trạng sức khỏe của các em ở mỗi học cấp. Dùng các phương pháp phân chia ra từng lớp cho các loại trẻ tráng kiện, trẻ bình thường, trẻ yếu kém như phương pháp quan sát sắc diện để xác nhận những triệu chứng dị thường, hoặc phương pháp khám nghiệm trong trường hợp khả nghi có nội chứng.

- Đối với các trẻ mang tật bệnh hay có sự chướng hại về thân thể, biện pháp giáo dục là phải dùng y học và tâm lý học để chữa trị.

Trong trường hợp đối với các trẻ bị chướng hại thông thường về thân thể trước tiên phải cải thiện, tạo điều kiện cho chúng lấy lại bình thường hay thích nghi với tình trạng tự thân của chúng. Đối với các em có ý muốn tự chữa trị, nhà trường cũng phải có bổn phận chỉ dẫn.

Sau đây là các đối tượng cần được nhà trường lưu tâm giúp đỡ và chỉ dẫn:

- Nhược thị (mắt yếu, thị giác kém)

- Nan thính (nặng tại, lảng tai)

- Ngôn ngữ mất tự do (ngọng, cà lăm...)

- Chi thể mất tự do (khuyết điểm về tay, chân)

- Thiếu dinh dưỡng (gầy còm, xanh xao)

- Xương sống dị thường (gù, ểnh)

- Phần ngực dị thường (xương ngực lép, gồ không theo chiều phát triển tự nhiên)

- Bệnh truyền nhiễm ngoài da

- Trung nhĩ viêm, nhĩ tật (sưng tai giữa, đau tai, thối tai)

- Bệnh về mũi, họng

- Nhãn tật (các bệnh và các tật về mắt)

- Tuberculin reaction (chú ý trường hợp phản ứng dương)

- Khám sức khỏe định kỳ, đặc biệt chú trọng chữa trị và phòng ngừa các loại bệnh cấp tính.

Sau đây là các lĩnh vực cần được phòng ngừa:

- Lao phổi

- Ký sinh trùng

- Ung xỉ

- Thương tích (giáo dục về sự an toàn)

Ngoài ra nhà trường cần thực hiện một phòng hướng dẫn y học.

c) Vấn đề ăn trưa tại trường

Ở các quốc gia tiền tiến, vấn đề tổ chức cho các học sinh nhỏ ăn trưa tại trường đã trở thành một trong quốc sách giáo dục. Tổ chức ăn trưa tại trường săn sóc nhu cầu dinh dưỡng đồng thời tạo cho trẻ ngay từ thuở nhỏ về sự ăn uống hợp lý, hợp vệ sinh. Trẻ em Việt-nam sống trong các gia đình mà tình trạng kinh tế khác nhau hoặc quá sung sướng hoặc quá kham khổ, lớn lên đã có những người không ăn được cá, không ăn được thịt, không ăn rau, không uống được sữa v.v... một trong những thiếu sót này để trở ngại cho tình trạng sức khỏe.

Trong các nhu cầu ham muốn của loài người có hai loại nhu cầu có tính cách bản năng nhất đó là sự ăn uống và tính dục (sinh lý). Không thỏa mãn hai nhu cầu này phần nhiều gây ra tình trạng không khỏe mạnh. Vì thế để duy trì và tăng tiến sức khỏe của trẻ, giáo dục trước tiên có bổn phận hướng dẫn để làm thỏa mãn nhu cầu thứ nhất.

Sau thế chiến, tổ chức ăn trưa ở học đường đã trở thành bổn phận đương nhiên của giáo dục. Tổ chức ăn trưa ở học đường có các điều lợi ích sau đây:

- Qua sự tổ chức khẩu phần, chế độ thực phẩm và sự cải thiện dinh dưỡng sức khỏe của trẻ sẽ được tăng tiến.

- Tập cho trẻ thói quen cũng như sự hiểu biết đúng đắn về sự ăn uống hàng ngày.

- Tập cho trẻ phép lịch sự và đạo đức.

- Tổ chức ăn trưa ở trường làm phong phú hóa chương trình sinh hoạt học đường.

d) Tính (sinh lý)

Theo tinh thần phân tích học (Psycho-analysis) thì tính (sinh lý) chiếm một vai trò hệ trọng trong việc tạo thành nhân cách. Vì thế trong giáo dục, tính giáo dục (giáo dục sinh lý) đã trở thành một vấn đề được bàn cãi khá gay go. Đương nhiên ai cũng công nhận rằng trong trường hợp giáo dục sức khỏe và sự lành mạnh không thể làm ngơ trước vấn đề tính giáo dục.

Các quốc gia tiên phong trong lĩnh vực giáo dục này phải kể Thụy-điển, Đức, Nhật, Anh, Hoa-kỳ, nhưng các nhà tôn giáo, đạo đức còn kêu gào về sự cân nhắc lợi hại nếu quảng bá lĩnh vực giáo dục này trong đại chúng một cách công khai.

Thực ra thì việc kế hoạch hóa sự hướng dẫn hoặc thiết lập hệ thống về tính giáo dục chưa hẳn cần thiết hơn là sự hướng dẫn, chỉ đạo khéo léo cho trẻ trong mỗi thời kỳ phát dục của nó.

e) Thể dục

Trẻ em vốn ưa thích vận động, chạy nhảy nô đùa. Lợi dụng ưu điểm này, giáo dục thể dục sẽ đạt nhiều lợi ích.

Sau đây là các điểm mà khoa thể dục cần lưu ý:

- Người hướng dẫn thể dục phải giữ thái độ tôn trọng cá tính mỗi trẻ. Thí dụ mỗi trẻ có một năng lực hoặc cá tính khác nhau, tùy theo đó phải có sự hướng dẫn riêng biệt. Nếu các em có thể sinh hoạt cùng một trình độ, hãy tìm cách phát huy đồng đều. Nếu có em nào năng lực yếu kém hay mặc cảm tự ti, cần phải tìm cách dung hòa hoạt động.

- Người hướng dẫn thể dục nuôi dưỡng ý chí và lòng tự tin mạnh, khác hơn các giáo khoa khác, thể dục không chỉ rèn luyện tri thức và kỹ năng mà còn động viên toàn thể cái khí lực (Stamina) của con người. Chính khi động viên cái Stamina này, con người có ý chí mạnh, sức quả cảm và lòng tự tin, lợi điểm này áp dụng ngay cả khi luyện tập cũng như khi ra thao trường.

- Người hướng dẫn thể dục luôn luôn nhấn mạnh về tinh thần thượng võ (fair-play) và sự mật thiết tuyệt đối của đồng đội.

- Người hướng dẫn thể dục hướng dẫn những động tác nhịp nhàng, những điệu nhảy v.v... để điều hòa tình cảm và thân thể. Cử động nhịp nhàng là sự biểu hiện về thể chất đồng thời cũng làm điều hòa các khí quan nội tạng. Nhờ đó phát sinh sự cộng thông giữa thân thể và tinh thần. Vì hiệu quả đó mà âm nhạc đã được đưa vào thể dục, môn khiêu vũ được đưa vào chương trình ở học đường.

4. PHƯƠNG PHÁP LUYỆN TẬP TINH THẦN

Phương pháp luyện tập tinh thần ở đây khác với các phương pháp của nhà tôn giáo, thôi miên học hay các thiền sư. Phương pháp luyện tập tinh thần trong lĩnh vực giáo dục sức khỏe và đời sống lành mạnh theo dõi khám phá những mối liên lạc hỗ tương giữa đời sống tinh thần và đời sống sinh lý để tạo cho trẻ một nhân cách toàn diện.

a) Vệ sinh thần kinh hệ

Theo khoa giải phẫu học thì não bộ và hệ thần kinh là bộ phận chủ yếu của tinh thần con người. Theo đó thì tinh thần con người ta khỏe mạnh hay bạc nhược tùy thuộc trước tiên vào sự khỏe mạnh hay bạc nhược của não bộ và hệ thần kinh. Thường thường các tế bào của trung khu thần kinh hệ được tổ chức xong trong khi cấu tạo bào thai. Ngành Duy thức (tâm lý học Phật giáo) khi nhận định về hành tướng của Thức thứ bảy: Có "ngã" khi có sự hiện diện của Thức thứ bảy. Thức thứ bảy đến trước tiên với con người và giã từ ra đi sau cùng (Khứ hậu lai tiên tác chủ ông)[33]. Sau khi đứa trẻ sinh được 5, 6 năm thì các tế bào thần kinh hệ hầu hết đã được hoàn thành. Còn các cơ quan nội tạng thì phải đến khoảng 20 năm mới hoàn thành và phát triển đến chặn cuối cùng. Vì thế ngành giáo dục sức khỏe và lành mạnh lưu ý các bậc làm cha mẹ gắng bảo hộ trẻ

---

[33] Theo Duy thức học.

trong thời kỳ ấu niên và thiếu niên tránh các chứng bệnh như não mạc viêm (meningitis), ngoại thương não bộ, về thương tích cho các tế bào thần kinh v.v... nếu không, có thể gây tình trạng khuyết điểm cho não bộ và hệ thần kinh của trẻ trong thời kỳ hoàn thành.

Đồng thời với sự bảo hộ là tạo điều kiện giúp cho sự phát dục của tế bào não. Nói đến vệ sinh não và thần kinh hệ trước tiên phải chú ý đến sự dinh dưỡng. Sau khi trẻ thôi bú, tức trong thời kỳ ấu nhi và nhi đồng, trẻ phải được cho ăn các thực phẩm làm bằng sữa, trứng gà, nội tạng các động vật v.v...

Còn các thứ khác như metabolism, đản bạch chất, glutamin và các loại vitamins cũng không thể thiếu vì về phương diện sinh lý, chúng có tác dụng thiết yếu trong việc xúc tiến cơ năng đại não các khả năng đặc biệt như là tính cách chế ngự, sự kích thích và tính mẫn nhuệ.

Một điểm cần yếu khá quan trọng trong vấn đề vệ sinh thần kinh và phải ngủ nghỉ đủ và điều độ.

Ban ngày con người ta vì làm việc, những tác dụng hóa học trong cơ thể làm hao hụt những vật chất thiết yếu và chất chứa nhiều phế vật khiến gây nên tình trạng mệt mỏi. Vì thế sự nghỉ ngơi và ngủ là điều kiện thiết yếu để ngưng sự tiêu xài, để giải tiêu các phế vật, tái lập và bồi hoàn sự hao hụt vật chất trong cơ thể. Ngạn ngữ Pháp có câu: Qui dort dine. Ngủ nghỉ cũng cần thiết như ăn uống vậy.

b) Sự thỏa mãn ước muốn

Con người sống là có ước muốn. Ngoài những ước muốn có tính cách nhu cầu sinh lý như ăn uống nghỉ ngơi bài tiết v.v... con người còn có những ước muốn về nhân cách, những ước muốn có tính cách xã hội. Thỏa mãn được ước muốn con người cảm thấy hạnh phúc, tình cảm của nó như nảy nở ra; trái lại nó sẽ sầu muộn, bất an, và có thể dẫn đến hành động dị thường làm hại đời sống lành mạnh. Làm sao để thỏa mãn, thỏa mãn vô điều kiện, phủ phê hay có điều kiện và giới hạn?

Sau đây là những điểm cần lưu tâm trong vấn đề luyện tập tinh thần cho một đời sống lành mạnh:

- *Thứ nhất:* Theo nguyên tắc là làm thỏa mãn những ước muốn có tính cách như là "nhu cầu căn bản". Bởi những ước muốn cũng như nhu cầu thì quá nhiều và có thiên hình vạn trạng. Nhà hướng dẫn và khải đạo tâm lý giúp trẻ tìm thấy những giải quyết hợp lý dựa trên mức thông thường của những ước muốn mà xã hội có thể thừa nhận được.

- *Thứ hai:* "Thái độ người chung quanh" vô cùng quan hệ đối với sự thỏa mãn ước muốn về tinh thần. Thí dụ tình cảm của những người chung quanh, tình trạng kinh tế gia đình ảnh hưởng rất lớn vào đời sống tinh thần và niềm ước mơ của trẻ.

- Thứ ba: Đối với sự ước muốn của trẻ, nhà giáo dục tinh thần không phải bất cứ lúc nào cũng làm thỏa mãn, phủ phê; cần phải gây những "bất mãn thích hợp" để tạo cho trẻ một sức chịu đựng, một sức đề kháng cần thiết đối với sự hoàn thành nhân cách của nó. Những trẻ quá được yêu thương chìu chuộng có thể sẽ trở nên một loại người bạc nhược, quen ỷ lại, một loại "người không xương sống"!

ĐỀ TÀI NGHIÊN CỨU HOẶC THẢO LUẬN

1. Có tác dụng cộng thông trong khi đơn phương luyện tập hoặc thể dục hoặc tinh thần không? Nếu có thì cần gì phải luyện tập cả hai mới đạt được sức khỏe và sự lành mạnh?

2. Có nên phổ biến tính giáo dục (giáo dục về đời sống nam nữ) không? Nếu nên, hãy đề nghị một biện pháp phổ biến không tác hại đến luân lý và hậu quả xã hội.

X.
GIÁO DỤC TÌNH CẢM

1. TÌNH CẢM LÀ GÌ?

Trong Đoạn Trường Tân Thanh có kể chuyện ba chị em Thúy Kiều cùng đi du xuân trong ngày hội Đạp thanh, chiều trên đường về gặp nấm mồ vô chủ không ai hương khói. Kiều hỏi, Vương Quan kể cho nàng nghe đó là mồ của một ca nữ nổi danh một thời tài sắc. Qua câu truyện kể, chị thì:

Lòng đâu sẵn mối thương tâm,
Thoắt nghe Kiều đã đầm đầm châu sa!

Còn em thì:
Vân rằng: chị cũng nực cười,
Khéo dư nước mắt khóc người đời xưa!

Hai phản ứng khác nhau trước một đối tượng biểu hiện sự khác nhau của hai bản chất. Nói một cách chung, con người bồi hồi trước cái đẹp, cảm động trước một hành vi mà không đợi có sự hiện diện của lý trí trong tác dụng phân biệt, xét đoán, phân tích, đối chiếu, thẩm định hay một môi giới khách quan nào; cái trạng thái tâm lý trực tiếp, đồng nhất của tâm và thân ấy là tình cảm. Hoặc người ta có thể nói tình cảm là những trạng thái tâm lý vui buồn, sợ hãi v.v… phát sanh trước khi có tác dụng của ý thức hoặc vượt qua lãnh vực của ý thức.

Thường thường người ta hay phân biệt tình cảm (sentiment) khác với cảm xúc (emotion). Tình cảm được coi như bản chất của nhân cách và cảm xúc là phản ứng hay sự thể hiện của bản chất trước đối tượng.

Giáo dục tình cảm chú trọng vào bản chất và trở nên một lãnh vực trọng yếu trong giáo dục vì tình cảm qui định hoàn thành nhân cách.

Sau đây là hai đặc tính của tình cảm mà lãnh vực giáo dục này cần ghi nhận:

- Tình cảm có tính chất của một khuynh hướng cố chấp đối với một vài đối tượng. Thí dụ tình cảm yêu ghét không phải chỉ phát hiện một cách đơn thuần và ngưng đọng hoặc tắt ngấm. Khuynh hướng cố chấp đưa đến giai đoạn sau sự ghét là sự tìm đến hoặc khước từ. Trong Lý 12 duyên sanh của Phật giáo cho thấy sự tiến tới từ Ái đến Thủ. Liền sau đó, giai đoạn kế tiếp có sự hiện diện của ý thức.

- Tình cảm đưa đến thái độ và ý chí quyết định nhân cách. Từ tình cảm đến cảm xúc, đến ý thức, đến ý chí, một diễn tiến tâm lý dây chuyền. Về mặt tiềm ẩn sự diễn tiến xảy ra thật nhanh chóng và lờ mờ ranh giới. Tình yêu tổ quốc khiến người công dân cảm xúc trước nạn quốc gia bị xâm lăng, quyết chí vào quân đội để chống giặc giữ nước. Thí dụ trên có thể tạm mượn để cụ thể hóa sự diễn tiến.

2. PHƯƠNG PHÁP GIÁO DỤC TÌNH CẢM

a) Sự hoạt động tự ký

Goethe J.W (1749-1832) nói: "Con người từ khi sinh đến khi chết là một chuỗi hoạt động". Hoạt động là sự hợp nhất của một toàn thể gồm có tinh thần và thể chất.

Trong chuỗi hoạt động đó, cái căn bản duy trì sự sống tồn tại của con người phải nói là nhịp điệu (rhythm), thí dụ hơi thở ra vào, mạch tim đập, sự tuần hoàn của huyết dịch, sự vận chuyển chân tay v.v...

Nhịp điệu, suy rộng ra, còn là hoạt động căn bản của sự tồn tục của vũ trụ: ngày đêm đắp đổi bốn mùa giao hòa, thủy triều lên xuống, tinh tú vận hành. Mùa xuân cây cối đâm chồi nảy lộc, mùa hè xanh tươi, mùa thu kết trái, mùa đông tàng ẩn để chờ sang xuân (xuân sanh, hạ trưởng, thu liễm, đông tàng). Khổng tử cũng đã nói: "Bốn mùa vận hành, vạn vật sinh sôi nảy nở" (Tứ thời hành yên, bách vật sanh yên).[34]

Hơn nữa nhịp điệu đã đóng một vai trò không thể thiếu trong sinh hoạt văn hóa của loài người. Nhịp điệu đã xuất hiện qua nhịp bước chập chùng bên đống lửa của dân man rợ, và nhịp điệu đã tạo nên ma lực thu hút con người văn minh qua âm nhạc và khiêu vũ v.v... Đối với con người, nhịp điệu có một sức kết hợp giữa thật cảm và sự sống để trở thành một trong những yếu tố cơ bản tạo nên nhân cách. Nhịp điệu vì thế đã được ứng dụng vào thể dục, âm nhạc, ca vũ trong lãnh vực giáo dục tình cảm.

Một yếu tố thứ hai về hình thức hoạt động tự phát của con người là sự điều hòa (harmony). Người thiếu điều hòa thì tình cảm của họ sẽ có những lệch lạc như là bất cập hoặc thái quá. Sự thái quá có thể gây ra những xung động, những bạo phát hoặc sự bất tri túc tạo nên những hành động phản xã hội. Khổng giáo chú trọng giáo dục tình cảm đạo đức bằng lễ nhạc, chủ trương tiết độ và điều hòa mọi khía cạnh sinh hoạt của con người và xã hội. Plato thì bảo: "Con người xấu là người thiếu mỹ cảm sai tiết điệu, mất điều hòa"[35]. Còn Shakespeare thì cho rằng: "Người không hiểu âm nhạc có thể là kẻ trộm cắp"[36]. Những trưng dẫn trên đây cho thấy đã có nhiều kinh nghiệm

---

[34] Luận Ngữ, Dương Hóa, câu 19.

[35] Plato, The Republic, Harvard University Press, 1946, Book III, tr. 401.

[36] Shita Hodo, Kyoiku gaku, College books, Yushimdo, Showa 37, tr. 29.

xác nhận tính cách quan trọng và giá trị của nhịp điệu (rhythm) và điều hòa (harmony) trong vấn đề giáo dục nhân cách.

b) Sự giao tiếp ngoại giới

Tình cảm là yếu tố căn bản qui định hành vi con người. Tình cảm lại có sự liên hệ có tính cách hỗ tương ảnh hưởng đối với ngoại giới như người, vật và thiên nhiên.

Vì thế, bước đầu tiên dưới khía cạnh giáo dục này người ta sửa soạn cho các em một hoàn cảnh thuận lợi cho sự phát triển lòng yêu sinh mạng, tức yêu sự sống, bằng cách nuôi gia súc, lập vườn trồng cây cảnh để cho các em tập chăm sóc dưới bàn tay mình. Từ sự yêu thích sự sống ấy sẽ dẫn khởi đến sự biết tôn trọng sự sống.

Ở Nhật-bản khoảng 15 năm về trước, việc lập vườn trồng cây và nuôi gia súc tại các trường tiểu học đã là một phương tiện thực thi giáo dục tình cảm trong ý nghĩa nhằm đào tạo nhân cách của trẻ.

Sau đây là kết quả bảng kiểm vấn đã thực hiện tại một trường tiểu học ở Nhật sau khi có chương trình nuôi gia súc ở học đường:

Câu hỏi: Sau khi thực hiện việc nuôi gia súc ở trường em thấy có ích lợi gì?

Trả lời:

- Nhờ đối xử tốt với gia súc, tâm tính các em trở nên hiền hòa dễ dãi, chúng rất dễ thương và các em dần dần thân với chúng (45 em).

- Các em dần dần cảm thấy thích thú đối với chúng nó (14 em).

- Em thấy có ích vì có nhiều tài liệu để học tập như quan sát, tập vẽ, làm văn (17 em).

- Các em trở nên biết đối xử tốt với súc vật (26 em).

- Vì chúng có ích cho chúng ta (10 em).

- Có lợi vì có thể nuôi chúng bằng đồ ăn thừa như rau ráng mà không bỏ phí (23 em).

- Những lúc rỗi rảnh chẳng biết làm gì có thể chơi đùa với chúng (12 em).

Vì đến phiên mình ai cũng phải có bổn phận chăm sóc chúng, do đó các em phải biết vâng lời và phục tùng (21 em).

- Sau khi nhà trường mua gia súc về nuôi, các em có thêm cơ hội gần nhau và thân nhau (12 em)

- Có người cho đến nay có tánh không ưa gia súc, nhờ bắt buộc phải thay phiên nhau chăm sóc, dần dần trở thành thích chúng nó (13 em).

- Không cho gia súc ăn chúng sẽ chết mất, luôn luôn cho ăn thành thói quen mỗi ngày mỗi ngày làm việc gì cũng được (12 em).

- Ở trường biết cách đối xử chăm sóc gia súc nên khi mua về nuôi thì đã quen cách chăn nuôi (15 em).[37]

Sau khi phân loại còn 12 câu đáp trong đó tuy cũng còn những ý trùng hợp nhưng điều đáng chú ý hơn cả là những câu trả lời của các em đa số đã cho thấy rằng nhờ nuôi gia súc, thương yêu, chăm sóc loài vật mà tánh tình các em đã trở nên hiền hòa dễ mến.

Bước thứ hai là giáo dục tình cảm bằng con đường thưởng ngoạn nghệ thuật.

Các loại động vật chỉ sống bằng bản năng không có tình cảm. Chúng biết ăn uống, biết mưu sinh và biết truyền chủng. Nhưng chúng không biết yêu thương, không biết cảm động. Con người hơn loài vật ở nhiều khía cạnh, nhưng khía cạnh quan trọng hơn cả có lẽ là sự biết cảm động. Con người biết bồi hồi trước cái đẹp thiên nhiên của tạo vật và biết cảm động trước cái đẹp của hành vi con người.

---

[37] Thực tiễn hóa giáo dục tình cảm, Tân Nhật-bản giáo dục hiệp hội, Chiêu-Hòa 32, tr 161-163. Trích dẫn lại.

Mức độ cảm động tế nhị hay thô lỗ, nhạy bén hay trì độn, phong phú ngay nghèo nàn tùy thuộc vào bản chất tình cảm của con người. Cho nên những người mà tâm hồn cằn cỗi là người thiếu tình cảm. Người thiếu tình cảm là người không biết thưởng ngoạn nghệ thuật. Hạng người nầy tiếp nhận mọi sự như một thứ nhu cầu do bản năng đòi hỏi. Còn nghệ thuật đối với họ là một thứ gì họ không mấy quan tâm, không những không cần thiết mà đôi khi còn trở thành một sự quấy nhiễu phiền phức cho họ.

Trái lại người có tâm hồn cao thượng, có tình cảm phong phú thì cho dẫu cái sự ăn chơi, tuy là điều nhân dục, cũng đòi hỏi phải có nghệ thuật.

Chúng ta hãy nghe Tản-Đà luận về sự ăn ngon như sau:
"Người, ai không ăn; ăn, ai không muốn ngon. Nhân bàn sự ăn ngon.

"Đồ ăn không ngon thời không ngon; giờ ăn không ngon thời không ngon; chỗ ngồi ăn không ngon thời không ngon; không được người cùng ăn cho ngon thời không ngon.

"Đồ ăn ngon; giờ ăn không ngon, chỗ ngồi ăn không ngon, không được người cùng ăn cho ngon, không ngon. Chỗ ngồi ăn ngon; đồ ăn không ngon, giờ ăn không ngon, không được người cùng ăn cho ngon, không ngon. Được người cùng ăn cho ngon, đồ ăn không ngon, giờ ăn không ngon, chỗ ngồi ăn không ngon, không ngon.

"Đồ ăn ngon, giờ ăn ngon, chỗ ngồi ăn ngon, không được người cùng ăn cho ngon, không thật ngon. Giờ ăn ngon, chỗ ngồi ăn ngon, được người cùng ăn cho ngon, đồ ăn không ngon, không thật ngon. Chỗ ngồi ăn ngon, được người cùng ăn cho ngon, đồ ăn ngon, giờ ăn không ngon, không thật ngon. Được người cùng ăn cho ngon, đồ ăn ngon, giờ ăn ngon, chỗ ngồi ăn không ngon, không thật ngon.

"Ăn mà có lo nghi, sao cho ngon? Có tức giận, sao cho ngon? Có sợ hãi, sao cho ngon? Có thương tủi, sao cho ngon? Có hổ thẹn sao cho ngon?

"Có ăn mà ăn, hồ dễ muốn ngon mà được ngon!"[38]

Còn chơi theo Nguyễn Công Trứ thì phải:
Chơi cho lịch mới là chơi
Chơi cho đài các cho người biết tay!
Tài tình dễ mấy xưa nay?
(Cầm kỳ thi tửu)[39]

Hơn thế nữa, Nguyễn Công Trứ ngồi nơi tửu tịch, nghe hát ả đào bị trùng vây bởi rượu nồng, gái đẹp, đàn ngọt, ca hay mà

---

[38] Nguyễn Khắc Hiếu, Tản Đà Tản Văn, Hương Sơn, Hà nội, 1942, số 27, trang 111-112.

[39] Dương Quảng Hàm, Việt Nam Thi Văn Hợp Tuyển, Bộ Quốc Gia Giáo Dục, Saigon, 1958, tr 126.

cảm khái cho cuộc nhân thế phù trầm:

Ngã kim nhật tại tọa chi địa
Cổ chi nhân tằng tiên ngã tọa chi.

Ngàn muôn năm âu cũng thế ni
Ai hay hát? mà ai hay nghe hát?
(Chữ Nhàn)[40]

Tác giả tự hỏi: nơi ta đang ngồi nghe hát đây, trước ta ai đã từng ngồi? Và bao nhiêu lớp người kẻ trước người sau đã lần lượt đi vào nơi u tịch. Tác giả nghi ngờ sự hiện hữu của mình: ta đang ngồi nghe hát chăng? Hay chính ta là con hát đang đóng trò trên sân khấu phế hưng của cuộc đời?

Đọc đến mấy câu trong bài hát vừa rồi chúng ta phải giật mình trước cái tâm hồn sâu thẳm của người nghệ sĩ.

Người có tình cảm là người sống có nghệ thuật, diễn tả được nghệ thuật. Còn người không tình cảm sống không nghệ thuật, không diễn tả được nghệ thuật mà cả đến không biết thưởng ngoạn nghệ thuật.

Đứng về mặt hậu quả mà nói thì tùy bản chất tình cảm mỗi người có một sắc thái phản ứng khác nhau trước đối tượng ngoại giới. Nhưng đứng về phía tác nhân mà suy luận thì ngược

---

40 Doãn Quốc Sỹ và Việt Tử, Khảo Luận về Nguyễn Công Trứ, Nam sơn, Saigon, 1960, tr 109.

lại người ta có thể tổ chức hoặc sửa soạn đối tượng ngoại giới (thí dụ như nghệ thuật chẳng hạn) để làm phương tiện hun đúc tâm hồn rèn luyện tình cảm. Đó là ý nghĩa của bước thứ hai mà giáo dục tình cảm nhằm khai thác.

Nhà giáo dục tình cảm hướng dẫn trẻ thưởng ngoạn nghệ thuật đặc biệt là âm nhạc, thi ca, hội họa và kể cho trẻ nghe những mẩu chuyện cảm động về cuộc đời cũng như trường hợp sáng tác của nghệ sĩ.

Những bậc làm cha mẹ lưu tâm đến việc làm nảy nở tâm hồn và tình cảm của tuổi trẻ thường đưa con cái đi xem các cuộc triển lãm tranh, dự những buổi hòa nhạc. Ở Nhật-bản, những phim có tính cách giáo dục tình cảm, hằng năm thường được chiếu đi chiếu lại nhiều lần. Thí dụ các phim như My Fair Lady, The Sound of Music v.v... là những phim mà các trường trung học hay chỉ định cho học sinh đi xem và bắt buộc mỗi học sinh phải nộp cho giáo sư phụ trách một bản phân tích và nhận xét về phim đã xem đó.

Ngoài ra, những mẩu giai thoại cảm động về trường hợp sáng tác của các nghệ sĩ cũng nên kể cho các em nghe. Thí dụ như câu chuyện cô gái mù với nhà nhạc sĩ Beethoven trong trường hợp sáng tác bản Moonlight Sonata, hay cuộc sống đam mê nghệ thuật của nhà họa sĩ Van Goch v.v... có thể khiến trẻ sinh lòng ái mộ.

Tào Thực đã sáng tác bài "Chử đậu nhiên ky" trong một trường hợp đặc biệt với lời lẽ bi thiết như sau:

Chử đậu nhiên đậu ky Đậu lại phủ trung khấp Bản thị đồng căn sinh Tương tiên hà thái cấp![41]

Nghĩa là: Nấu đậu bằng củi cây đậu. Đậu kêu khóc ở trong nồi. Vốn cùng một gốc sinh ra. Sao đốt nấu nhau quá gấp rút như thế này!

Bài thơ trên với câu chuyện thất bộ thành thi trong trường hợp anh em tranh quyền có thể so sánh với câu chuyện Nguyễn Huệ từ Bắc-hà vào vây thành Qui-nhơn vì một cuộc xích mích sau khi tam phân lãnh thổ. Có người kể lại rằng khi ấy Nguyễn Nhạc lên thành lấy tay áo lau nước mắt đọc lớn bài thơ rằng:

Ngã tại tiền sinh, nhữ hậu sinh
Nhữ ưng vi đệ, ngã vi huynh
Lý ưng cộng hưởng trân cam vị
Hà nhẫn tương thương cốt nhục tình!

Nghĩa là: Ta sinh ra trước, ngươi sinh sau. Ngươi phải là phận làm em, ta là anh. Lẽ ra anh em phải cùng hưởng mùi phú quí. Sau lại nỡ làm tổn thương tình cốt nhục như vầy!

---

[41] Nguyễn Hiến Lê, *Đại Cương Văn Học Sử Trung Quốc*, Nguyễn Hiến Lê, 1964, Quyển I, tr 159.

Nghe xong bài thơ Nguyễn Huệ quày ngựa hô quân rút về Bắc.

Bài thơ trên, chắc chắn do một quan văn cận thần làm cho Nguyễn Nhạc và hậu nhân tô vẽ câu chuyện để thêm phần kỳ thú. Điều đó không quan trọng, quan trọng là ở ý nghĩa và sự có thể gây cảm động cho người nghe, nhất là giúp cho tuổi trẻ có dịp suy tư về sự hòa ái của tình ruột thịt.

ĐỀ TÀI NGHIÊN CỨU HOẶC THẢO LUẬN

Thưởng ngoạn nghệ thuật như là khía cạnh tác nhân về phương diện giáo dục tình cảm.

SÁCH THAM KHẢO

Blau, A. *The Diagnosis and Therapy of Health*. Amer. J. Psychiat, Vol. 118, N^0 8,1954.

Doãn Quốc Sỹ và Việt Tử. *Khảo Luận về Nguyễn Công Trứ*. Saigon: Nam sơn, 1960.

Duy Thức Học

Dương Quảng Hàm. *Việt Nam Thi Văn Hợp Tuyển*. Saigon: Bộ VHGD, 1958.

Đại Học

Eric Ashby. *African Universities and Western Tradition*.

Fenton, N. *Mental Hygiene in School Practice*. California: Stanford Univ. Press, 1943.

Harry G. Good và James D. Teller. *A History of Western Education*. London: The Macmillan, third edition, 1970.

Hiến Pháp Việt Nam Cộng Hòa, ban hành ngày 01-4-1967.

John Deway. *Human Nature and Conduct*. New York: The Modern Library, 1970.

Kun Ueda. *Ningenzo to Kyoiku*. Meiji, 1971.

Luận Ngữ

M.V.C Jeffrays Glaucon. *An Inquiry into The Aims of Education*. Pittman, 1950.

Makarenkov. *Cahiers de Pédagogie Modern 43*.

Miyamoto Seison. *Daijô Bukkyô no Seiritsushi Teki Kenkyu*. Sanseido, Showa 32.

Niêm Giám của Hội Đồng Văn Hóa Giáo Dục, Nhiệm kì 1.

Nguyễn Hiến Lê. *Đại Cương Văn Học Sử Trung Quốc*, quyển

1. Saigon: Nguyễn Hiến Lê, 1964.

Nguyễn Khắc Hiếu. *Tản Đà Tản Văn*. Hà nội: Hương sơn, 1942.

Plato. *The Republic*, book II. Harvard University Press, 1946.

Rena Foy. *The World of Education*. London: The MacMillan Company, 1969.

Sakae Yamada. *Kyoiku Katei no Shin Kenkyu*. Bunkosha, 1970.

Shita Hodo. Kyoiku Gaku. College books, Yushimdo, Showa 37.

The Educator's Encyclopedia. Prentice-Hall, 1969.

W.O. Lester Smith. *Education*. Penguin books, 1964.

White Head. *The Aims of Education*. Ernest Benn, 1966.